मृद्गंध

AF832977

विंदा करंदीकर यांची साहित्यसंपदा

कविता

● स्वेदगंगा (१९४९) ● मृद्‌गंध (१९५४) ● धृपद (१९५९) ● जातक (१९६८)
● विरूपिका (१९८१) ● अष्टदर्शने (२००३)

कवितांची संपादित संकलने

● संहिता (१९७५) : संपादक - मंगेश पाडगांवकर
● आदिमाया (१९९०) : संपादक - डॉ. विजया राजाध्यक्ष

समग्र

● विंदा : करंदीकर यांची समग्र कविता

बालकविता

● राणीची बाग (१९६१) ● एकदा काय झाले (१९६१) ● एटू लोकांचा देश (१९६३)
● सशाचे कान (१९६३) ● परी ग परी (१९६५) ● अजबखाना (१९७४)
● सर्कसवाला (१९७५) ● पिशीमावशी आणि तिची भुतावळ (१९८१) ● अडम् तडम् (१९८५)
● टॉप (१९९३) ● सात एके सात (१९९३) ● बागुलबोवा (१९९३) ● अलख बिलंदर (२००६)

ललित निबंध

● स्पर्शाची पालवी (१९५८) ● आकाशाचा अर्थ (१९६५) ● करंदीकरांचे समग्र लघुनिबंध (१९९६)

समीक्षा

● परंपरा आणि नवता (१९६७) ● उद्‌गार (१९९६)

अनुवाद

● ॲरिस्टॉटलचे काव्यशास्त्र (१९५७) ● फाउस्ट - भाग १ (१९६५) ● राजा लियर (१९७४)

अर्वाचीनीकरण

● संत ज्ञानेश्वरांच्या अमृतानुभवाचे अर्वाचीन मराठीत रूपांतर (१९८१)

इंग्रजी समीक्षा

● लिटरेचर ॲज अ व्हायटल आर्ट (साहित्य अकादेमीची संवत्सर व्याख्याने) (१९९१)
● अ क्रिटीक ऑफ लिटररी व्हॅल्यूज (१९७७) ● राजा लियर (१९७४), शेक्सपीयरकृत 'किंग लियर' या शोकांतिकेचा अनुवाद : प्रस्तावना, भाष्य आणि परिशिष्टे

अन्य भाषांत भाषांतरित - गुजराती

● विंदा करंदीकर (१९७७) : निवडक कवितांचा डॉ. जया मेहताकृत अनुवाद
● ॲरिस्टॉटलनुं काव्यशास्त्र (१९८५) : अनुवादक : डॉ. जया मेहता आणि डॉ. जसवंती दवे.

इंग्रजी

● पोएम्स ऑफ विंदा (१९७६) ● सम मोअर पोएम्स ऑफ विंदा (१९८३) ● त्रिमूर्ती (१९७९) तीन मुख्य कविता ● ओंकार (१९९६) चार प्रातिनिधिक कविता
● द सेक्रिड हेरीसि (१९९८) : निवडक कविता (सर्व इंग्रजी अनुवाद स्वकृत)

हिंदी

● यह जनता अमर है (२००१) : निवडक कविता-अनुवादक : चंद्रकांत बांदिवडेकर

मृद्‌गंध

विंदा करंदीकर

पॉप्युलर प्रकाशन, मुंबई

मृद्गंध
(म-११)
पॉप्युलर प्रकाशन
ISBN 978-81-7991-890-6

MRIDGANDHA
(Marathi : Poetry)
Vinda Karandikar

© २०१६, उदय करंदीकर

पहिली आवृत्ती : १५ डिसेंबर १९५४/१८६६
सातवे पुनर्मुद्रण : २००८/१९३०
आठवे पुनर्मुद्रण : २०१०/१९३२
दुसरी आवृत्ती : २०१६/१९३८
तिसरे पुनर्मुद्रण : २०२१/१९४२
चौथे पुनर्मुद्रण : २०२१/१९४३
पाचवे पुनर्मुद्रण : २०२२/१९४४
सहावे पुनर्मुद्रण : २०२३/१९४५

प्रकाशक
अस्मिता मोहिते
पॉप्युलर प्रकाशन प्रा. लि.
३०१, महालक्ष्मी चेंबर्स
२२, भुलाभाई देसाई रोड
मुंबई ४०० ०२६

अक्षरजुळणी
संतोष गायकवाड
पिंपळे गुरव
पुणे ४११ ०६१

येसू आणि सुमा
या दोघींना

अनुक्रम

कसा मी कळेना!

कधीं येतसे क्षुद्रता कस्पटाची;
कधीं वाढतां वाढतां व्योम व्यापीं.
कधीं धांवतों विश्व चुंबावयाला;
कधीं आपणाला स्वहस्तेच शापीं.

कधीं याचितों सत्; कधीं स्वप्न याचीं;
कधीं धांवतों काळ टाकून मागें,
कधीं वर्षतों अमृताच्या सरी अन्
कधीं मृत्युची भाबडी भीक मागें.

कधीं दैन्यवाणा, निराधार होई;
कधीं गूढ, गंभीर, आत्मप्रकाशी
कधीं गर्जतों सागराच्या बळानें;
कधीं कांपतों बोलतां आपणाशीं!

कधीं आपणां सर्व पिंडांत शोधीं;
कधीं पाहतों आत्मरूपांत सारें;
कधीं मोजितों आपणाला अनंतें
अणूरूप होती जिथें सूर्य, तारे.

टळेना अहंकार साध्या कृतीचा;
गळेना महापुच्छ स्वार्थी स्मृतीचें;
कधीं घेतसें सोंग तें सत्य वाटे!
कधीं सत्य तें वाटतें सोंग साचें!

कधीं संयमी, संशयात्मा, विरागी;
कधीं आततायी; कधीं मत्तकामी;
असा मी...तसा मी...कसा मी कळेना;
—स्वतःच्या घरीं दूरचा पाहुणा मी!

कागल

१५ मार्च १९५२

हे माडांनो!

हे माडांनो!

स्वार्थी व्यवहारांना विटुनी विषण्ण मन झाल्यावर
कृत्रिमतेनें निर्जिवतेनें आत्म्याला छळल्यावर
घेण्या अंतर उजळुन
उत्कट आशेनें अधिरा मी घेतों तुमचें दर्शन.
कधीं न केलें निराश तुम्हीं मजला;
सौंदर्याच्या अद्भुततेंतुन जीवनरस मज दिधला.

हे माडांनो!
सायंकाळी
सुरुवातीस मृगाच्या
दर्यावरचें वादळ पिउनी चढतो कैफ तुम्हांला;
आणिक त्या धुंदींतच
सर्वांगाला घुसळित
डोक्यावरच्या झिंजोट्या पिंजारित

नारळरूपी नररुंडांची घालुनी मुंडामाला
कृशकटिच्या पोफळिंना उरिं कवटाळित
वाळवंटाच्या उघड्या व्यासपीठावर
सागरनिर्मित-पार्श्वगीत-उत्तेजित
कल्पान्तींचें प्रचंड तांडव तुम्ही मजला दावित!

हे माडांनो!
हेमंताच्या उत्तर रात्रीमध्यें
जगाबरोबर वारा झोपीं जातां
तेच तुम्ही शांतीचे प्रेषित होता,
निःस्तब्धांतील गूढात्म्याचा प्रत्यय मजला देता;
माड न तुम्ही
चित्स्वरूपाचे चिंतक आणिक थोर तपस्वी मुनिवर;
स्थितप्रज्ञ योगेश्वर;
नारळरूपी रुद्राक्षांच्या गळ्यांत माळा सुंदर.
शांत अशा या वेळीं
पद्मासन घालुनियां तुमची निश्चल वृत्ती झाली,
आणिक पोकळ वाटे
जोगिण बनुनी गेली;
नामजपाचें तप साधुनियां शांतिसुखानें न्हाली!

हे माडांनो!
वेळिं-अवेळीं
चुकवित वाट नरांची
जेव्हां धांवत येतों हृदया पिंजुन
आणिक करितों मौनानें आराधन,
कधीं न केलें निराश तुम्हीं मजला;
सौंदर्याच्या अद्‌भुततेंतुन जीवनरस मज दिधला!

रत्नागिरी

सप्टेंबर १९४९

तेंच तें

सकाळपासून रात्रीपर्यंत
तेंच तें! तेंच तें!
माकडछाप दंतमंजन;
तोच चहा; तेंच रंजन;
तींच गाणीं, तेच तराणे;
तेच मूर्ख, तेच शहाणे;
सकाळपासून रात्रीपर्यंत
तेंच तें! तेंच तें!

खानावळीही बदलून पाहिल्या;
(जीभ बदलणें शक्य नव्हतें!)
'काकू'पासून 'ताजमहाल'
सगळीकडे सारखेच हाल.
नरम मसाला, गरम मसाला;
तोच तो भाजीपाला;
तीच तीच खवट चटणी;
तेंच तेंच आंबट सार;
सुख थोडें, दुःख फार!

संसाराच्या वडावर
स्वप्नांचीं वटवाघुळें!
या स्वप्नांचे शिल्पकार
कवी थोडे; कवडे फार.
पडद्यावरच्या भूतचेष्टा;
शिळा शोक, बुळा विनोद;
भ्रष्ट कथा, नष्ट बोध;
नऊ धागे, एक रंग;
व्यभिचाराचे सारे ढंग!

पुन्हां पुन्हां तेच भोग;
आसक्तीचा तोच रोग.
तेंच 'मंदिर', तीच 'मूर्ति';
तींच फुलें, तीच 'स्फूर्ति';
तेच ओठ, तेच डोळे;
तेच मुरके, तेच चाळे;
'तोच पलंग', तीच 'नारी';
—सतार नव्हे, एकतारी!

करीन म्हटलें आत्महत्या;
रोमिओची आत्महत्या;
दधिचीची आत्महत्या!
आत्महत्याही तीच ती!
आत्माही तोच तो;
हत्याही तीच ती;
कारण जीवनही तेंच तें!
आणि मरणही तेंच ते!

रत्नागिरी
ऑक्टोबर १९४९

शाप

कधीं कधीं संगीताच्या
मैफलींत मन रंगे;
अस्ताईच्या अंतरंगीं
गायनाचें रूप नगें
पाहतों, नि वाहतों मी
खोल खोल स्वरासंगें.
नकळत अवखळ
हृदयांत कां ही कळ?

कधीं कधीं घरांतील
पाखरांचा खेळ चाले;
फुटतात कधीं लाह्या!
कधीं झरा झुळझुळे!
आणि माझ्या भोंवतालीं
वाटे जणूं मध गळे!
नकळत अशा ठायीं
डोळ्यांत कां पाणी येई!

कधीं कधीं लुप्त होतों
तुझ्या तीक्ष्ण आलिंगनीं;
एक होती दाही दिशा,
स्थळ-काळा छेद जाई;
एक होतीं सारीं नातीं;
जाणिवेचा जाच नाहीं!
नकळत कां ही पण
मृत्यूचीच आठवण?

रत्नागिरी
१८ ऑक्टोबर १९४९

पुन्हा एकदां

अशीच आलिस निळ्या नभांतून
पांघरूनी स्वप्नांचा शेला!
आणिक मजला तव नयनांतुन
नव्या जगांचा प्रत्यय आला.

तुझ्या उरांचे कळे टपोरे
फुलले थरथरत्या छातीवर;
आणिक पिचलेल्या हाडांतुन
स्रवूं लागल्या ऋचा मनोहर.

तुझ्या मुठींतिल जिवंत जादू
चमत्कार तो पुन्हां करूं दे;
—मरतांनाचा बहर असो हा—
पुन्हां एकदा मला फुलूं दे.

रत्नागिरी

१८ ऑक्टोबर १९४९

हीच दैना

सडलेल्या पंखांनाही
उडण्याचा लागे ध्यास;
हाच माझा थोर गुन्हा
हाच माझा रे हव्यास.

आकाशाची निळी भाषा
ऐकतां न उरे पोंच;
आणि गजाशीं झुंजतां
झिजे चोंच, झिजे चोंच!

जाणिवेच्या पिंजऱ्यांत
किंचाळते माझी मैना;
तरी मुकें तिचें दुःख,
हीच दैना, हीच दैना.

रत्नागिरी
२० ऑक्टोबर १९४९

ब्रह्मांडाचें कुजकें अंडें

खुळा दधीची फसला देउन
अपुलीं हाडें असुरवधास्तव,
त्या वज्रानें तेव्हांपासुन
मानव आहे कापित मानव!

काय खुळेपण त्या येशूचें!
—रक्त दिलें अन् सोडविला नर;
रक्तांत तुझ्या बुडवुन यांनीं
रुचकर केली अपुली भाकर.

अमृत प्यावें कवटीमधुनी
'आंबट, आंबट' म्हणुनी षंढें;
कशास उबविशी अशा नरास्तव
ब्रह्मांडाचें कुजकें अंडे?

रत्नागिरी

२३ ऑक्टोबर १९४९

नको नको तें मनांत येतें

नको नको तें मनांत येतें :
...कुत्र्यांचे दारांतिल लौंगट,
...अंधारांतिल अवघीं पापें,
...आक्षेपित ठरलेली वटवट.

नको नको तें मनांत येतें :
...रस्त्यांतिल सडलेलीं बोटें,
...बापूची शेवटची धडपड,
...अर्धउपाशी इवली पोटें.

नको नको तें मनांत येतें :
विश्रांतीस्तव मी निजल्यावर;
प्रकट मनाच्या पाडिति भिंती
सुप्त मनांतिल घुशी बिलंदर.

आणिक इच्छेचें हें मांजर
वृथाच करिते त्यावर गुरगुर;
दुबळें, दुबळें, गरिब बिचारें
प्रकट मनांतिल चघळो उंदिर!

रत्नागिरी

२३ ऑक्टोबर १९४९

माझ्या मना बन दगड

हा रस्ता अटळ आहे!
अन्नाशिवाय, कपड्याशिवाय,
ज्ञानाशिवाय, मानाशिवाय.
कुडकुडणारे हे जीव
पाहूं नको! डोळे शीव!
नको पाहूं जिणें भकास;
ऐन रात्रीं होतील भास;
छातीमध्यें अडेल श्वास.
विसर यांना, दाब कढ;
माझ्या मना बन दगड

हा रस्ता अटळ आहे!
ऐकूं नको हा आक्रोश,
तुझ्या गळ्याला पडेल शोष.
कानांवरती हात धर,
त्यांतूनही येतील स्वर.
म्हणून म्हणतों ओत शिसें;
संभाळ, संभाळ, लागेल पिसें!
रडणाऱ्या, रडशील किती?
झुरणाऱ्या —झुरशील किती?
पिचणाऱ्या, पिचशील किती?
ऐकूं नको असला टाहो
माझ्या मना दगड हो!

हा रस्ता अटळ आहे!
येथेंच असतात निशाचर
जागोजाग रस्त्यावर.
असतात नाचत काळोखांत;
हंसतात विचकुन काळे दांत;
आणि म्हणतात, "कर हिंमत;
आत्मा वीक, उचल किंमत!
माणूस मिथ्या, सोनें सत्य;
स्मरा त्याला, स्मरा नित्य."
भिशील ऐकून असले वेद;
बन दगड, नको खेद!

बन दगड आजपासून;
काय अडेल तुझ्यावांचून;
गालावरचें खारें पाणी
पिऊन काय जगेल कोणी?

काय तुझे हे निःश्वास
मरणाऱ्यांना देतील श्वास?
आणि दुःख छातीफोडें
देईल त्यांना सूख थोडें?
आहे दुःख तेंच फार;
माझ्या मना कर विचार;
कर विचार : हस रगड;
माझ्या मना बन दगड!

हा रस्ता अटळ आहे!
अटळ आहे घाण सारी;
अटळ आहे ही शिसारी.
एक वेळ अशी येईल
घाणीचेंच खत होईल?
अन्यायाचीं सारीं शितें
उठतिल पुन्हां, होतील भुतें.

या सोन्याचे बनतील सूळ!
सुळीं जाईल सारें कूळ.
ऐका टापा! ऐका आवाज!
लाल धूळ उडते आज;
याच्यामागून येईल स्वार;
या दगडावर लावील धार!
इतकें यश तुला रगड;
माझ्या मना बन दगड!

रत्नागिरी

४ नोव्हेंबर १९४९

या एका हृदयांतच

या एका हृदयांतच
स्थापियलें प्रतिमाद्वय;
एकीला पुजतांना
दुसरीचें वाटे भय!

वाटतसे मज संशय
वाटतसे चुकतेंसें.
कोण पुजूं? हें न कळे.
अव्हेरूं कोण, कसे?

उत्कंठा आंत जरी
निश्चितता दूर पळे,
मूर्तींच्या मध्यावर
हातांतिल फूल गळे!

आणिक त्या मूर्तींच्या
डोळ्यांतून अग्नि स्फुरे;
त्यांत सदा जळतांना
कणकण आयुष्य सरे.

रत्नागिरी
४ नोव्हेंबर १९४६

धोंड्या न्हावी

कधीं कधीं मी
कोंकणांतल्या गांवीं गेल्यानंतर
जुन्या स्मृतींच्या गांधिलमाशा मजला येउन डसती,
आणिक मजला धोंड्या न्हाव्याच्या गमती आठवती.

धोंड्या न्हावी —
दोन कुडव भाताच्यासाठीं
करी हजामत सगळी अमुच्या घरची :
दादांचा तुळतुळीत चंपीगोटा,
गजाननाची ताळू राखुन शेंडी,
आणिक माझा 'कराप' अस्सल शहरी
अथवा दाढी (चुकवुन चांबखिळांना).

धोंड्या न्हावी —
महिन्यांतून कधीं तरि
हळूच येतो अमुच्या मागिलदारीं :
आणिक नंतर,
खोपटिच्या माघारीं जाउन करितो अद्भुत कांहीं,
जें न कुणीही आम्हां पाहूं देई.

धोंड्या न्हावी —
चहा न घेई चक्रम!
आहार त्याचा भक्कम :
जेवण देण्यापेक्षां

परवडतें आम्हांला देणें त्याला उचलुन रक्कम!
जेव्हां त्याला मध्येंच फुरसत होई
'खंड्या' रेडा आणिक 'चांदी' म्हैस खरडुनी जाई;
या कामास्तव त्याला न्हेरी मिळते.
निव्वळ त्याची न्हेरी
—म्हणते आई —म्हणजे एक दुशेरी!

धोंड्या न्हावी —
'म्हणजे निव्वळ फत्तर,'
म्हणती अमुचे दादा,
'एका वर्षामध्यें
लागोपाठ तयाचे
पोर वारले पटकीनें चौघेजण;
अमुचा हा धोंड्या पण
आहे तैसा आहे! बदल न बिलकुल;
एक असे मागें उचलाया तोंवर
मेला म्हणजे सुटला म्हणतों मी तर!'

धोंड्या न्हावी —
हजामतिस आल्यावर
पैसे-वसुलीसाठीं
विष्णू वाणी त्याला येऊन गांठी.
करुनी थोडी थट्टा
सुरू करी तो तोंडाचा मग पट्टा :
"शरम तुका थोडी तरि;
चार दिसाचो करून् वायदो, धोंड्या,
पोरासाठीं रुपये नेलस् तेरा
आणिक त्येका झाले चौदा महिने!
मुद्दल् जळ्ला म्हण्तय्;
निदान देशी व्याजाच्यो दिड्क्यो तरि!

काका खोत नव्हे मी!
मी हय् विष्णू वाणी.
पैसे आणून दे नी
घेउन जा ही नंतर् आपूली धोक्टी.''
धोंड्या न्हावी
हात चिव्याचे नाकापुढती जुळवुन
परत म्हणतसे,
''सावकारानूं!
द्येवा सारे तुम्मी.
पोर वाचलो हो तुमच्या पैशावर
त्ये पैसे मी फेडिन साक्षी ईश्वर,
झिलाक लिवूलां होतां 'पैसे पाठव'
—लिवणारो हो तुमूचो पांडूमास्तर
त्येका तुम्ही विचारा—
ल्येका कड्सुन तुमूचे
पैसे नाय इले तर
'भोरो' रेडो यिकीन येवडी नांगरणी झाल्यावर.''
इतक्यामध्यें
सदरा काढुन
खुंटीवरती ठेवित,
आणिक धोंदाखालीं
सरकत आलेलें खोचण वर ओढित,
दाढीवरती फिरवित हात मजेनें
काका खोत म्हणतसे,
''धोंड्या, अरे हरामा,
हा रेडा तूं विकणार तरी कितिदां?
माझ्या व्याजासाठीं
देइन म्हणुनी कालच मजला म्हणशी;
आणिक गद्ध्या!

अगदीं माझ्यादेखत
तेंच सांगशी या विष्णू वाण्याला!''

धोंड्या न्हावी —
जातीचा ममताळू;
परंतु देशी हत्यारें तीं भेसूर!
अगदीं पहिल्यापासुन
माझ्यावरती त्याची खूपच माया.
मुंजीमधला गोटा करतांना मम
कुरवाळित डोक्याला (खरजटलेल्या),
घालित होता हळूच हलके फुंकर.
मानेवरचें तासकाम करतांना
सुसह्य सारें मजला व्हावें म्हणुनी
होता सांगत जुन्या काळच्या गोष्टी गमती नाना;
मुंजे आणिक समंध यांचा त्याचा परिचय मोठा!
भीतिकथा त्या ऐकत असतां कधींच होई गोटा.

धोंड्या न्हावी —
म्हणजे विचित्र प्राणी.
गांधीवधाच्या नंतर
लगेच दुसऱ्या दिवशीं
दाढी करतां करतां
हलक्या आवाजांत मला तो गंभीरपणें म्हणतो,
''गांधी म्येलो म्हणतात्;
लय् लय् मनांत व्होतां
या बाजुक् येतो तर
फुकट् करुची त्येची एक हजामत्.''
ब्राह्मण होते भवतीं
परंतु त्यांना नव्हती
हसण्या-रडण्याची उरलेली हिंमत.
(हंसणे-रडणें मुळांत एकच; अश्रूंतिल ही गंमत.)

धोंड्या न्हावी —
गेल्या वर्षी मेला आणिक सुटला;
कोसळलें घर; उभी असे पडवी पण!
जनी बिचारी — जी त्याची मागारिण —
त्यांतच खाते उकडुन;
"माका न्हेवुन् जितीच जाळा," म्हणते;
भांडी घासत असते;
खाते;
निजते;
उठते;
न कळे भिते कशाला,
कधीं न शिवते धोंड्याच्या धोक्टीला!
पडवींतिल एकुलत्या खुंटीभवतीं
पिळवटुनी पिळवटुनी
अपुल्या पट्ट्याचा घालुनियां विळखा
धोक्टी घेत विसावा;
डोकें टेकुन झिजक्या पाजळण्यावर
हत्यारेंही निजलीं सारीं त्यांतच होउन जर्जर!

धोंड्या न्हावी —
'धोंड्या म्हणजे निव्वळ काळा फत्तर'
अजून कोणी म्हणती,
नव्हती त्याला संसारांतिल अक्कल.
धोंड्या गेला, सुटला.
कशास मजला चिंता?
माझ्याही डोक्याला आतां पडलें विस्तृत टक्कल!

रत्नागिरी

८ नोव्हेंबर १९४९

भूताचें भूत उरीं

अश्रुंची धुवुनी मम
पापाच्या सर्व खुणा
तूं मजला वरिलें हा
तव वेडा थोरपणा

भूताला हसलों मी;
निश्चय तूं केले नव;
गमला तो दोघांना
आत्म्याचा जन्मोत्सव!

मेंग जुनी टाकुनियां
नाग नवा होत जरी,
टाकिल तो काय कधीं
दातांतिल वीष परी?

मी माझें गतजीवन
आज पुन्हा धुंडितसें;
तव डोळ्यांतिल पाणी
खळखळुनी वाहतसे.

आकांक्षा मम अपुऱ्या;
सुखस्वप्नें तव अपुरीं;
अश्रू तव नयनीं; मम
भूताचें भूत उरीं!

रत्नागिरी
२० डिसेंबर १९४९

जमूं नये त्या वेळीं जमलों

जमूं नये त्या वेळीं जमलों!
जमूं नये अन् अशा ठिकाणीं;
—कुजबुजणारे जेथें वारे,
कुजबुजणारें जेथें पाणी!

रक्तरवीचे लावुन कुंकुम,
संध्या ल्याली निळसर अंबर;
संध्या आली झुलवित झुलवित
इंद्रधनूचा पदर मनोहर.

क्षणाक्षणांतुन नकळत फुललीं
निळ्या मनांतिल निळसर गाणीं;
जमूं नये त्या वेळीं जमलों!
जमूं नये अन् अशा ठिकाणीं.

आणिक त्यानंतर जें झालें...
—वृथाच त्याने झुरतों आपण—
जबाब देइल पहिला तारा;
जबाब देइल माडाचें बन!

रत्नागिरी

२२ डिसेंबर १९४९

यंत्रावतार

ये यंत्रा ये!
सस्यश्यामला सृष्टीला आलिंगुन
समाजपुरुषानें जें केलें मैथुन
त्या उत्कट सुरतांतिल
विज्ञानात्मक दाहक वीर्यापासुन
पिंड जयाचा बनलेला पोलादी,
त्या अवतारी यंत्रा!
युगधर्माचें ये करण्या संवर्धन.
ये ये घेऊन क्रांतीच्या वेणांना,
इतिहासाच्या गर्भाला विच्छेदुन,
त्रिविक्रमाच्या अकराव्या अवतारा!

ये यंत्रा ये!
आकाशाला वाचा फोडित फोडित
क्षुब्ध क्षुधेची शक्ती आली जयजयकार पुकारित;
पोटावरतीं हाडें बडवुन देत खडी ललकारी;
'या यंत्राचा स्वीकार करा;
या यंत्राचा सत्कार करा;
या यंत्राचें वेदोक्त करा पूजन;
साम्यवेद हा पंचमवेद म्हणा रे!
अग्निकळी ही, लाल ध्वजा ही, यंत्रशिरीं चढवा रे.
अग्निकळी ही —
पिळलेल्यांच्या पोटांमधल्या अग्नीची ही ज्वाळा;
पददलितांच्या डोळ्यांमधल्या क्रोधाची ही लाली;
प्रगतीला नीतीने लावियलेला कुंकुमतीलक.
या यंत्राचा स्वीकार करा;
या यंत्राचा सत्कार करा;

अग्निकळी ही चढवा या यंत्रावर;
या या पामर; व्हा आतां परमेश्वर.
स्वर्गंगेचा पट्टा चढवुन ब्रह्मयाच्या चक्रावर
या यंत्राचा स्वीकार करी विश्वविधाता ईश्वर!'

ये यंत्रा ये!
ये ये घडवित सृष्टी;
ये ये सुखवित कष्टी;
ये ये होउन ब्रह्मा, विष्णू, शंकर;
ये उच्चारित वेद नव्या रचनेचे;
ये ये फिरवित अपुलें चक्र सुदर्शन;
ये ये नाचत युगप्रवर्तक तांडव;
ये ये टाकित वाफेच्या फूत्कारा;
ये ये फिरवित नेत्रांतून विजांना;
ये ये तोडित अणू-अणूच्या बेड्या;
शक्तीच्या सम्राटा!
चिरशांतीच्या भाटा!
ये ये हुडकित दडलेल्या मंत्रांना;
मानवतेला दे ज्ञानांतुन मुक्तीचा नजराणा!
ये यंत्रा! ये यंत्रा!
'खड खड खड खड खड खड'
चिरडित ये, भरडित ये
कुजलेल्या हाडांना;
अस्थिपिठानें पोषित
नव बीजें, नव अंकुर!
'धिक धिक धिक धिक धिक धिक'
घोर रवें धिक्कारित
सडलेलें, झडलेलें!
'धड धड धड धड धड धड'
मंत्रबळें उद्घोषित
सृजनात्मक रचनेला!

ये यंत्रा! ये यंत्रा!
मंत्रांना सार्थ करित,
स्वप्नांना स्वीकारित!
उच्चारित! आकारित!
ये यंत्रा! ये यंत्रा!
जाळित ये, क्षाळित ये,
भक्षित ये, रक्षित ये,
तोडित ये, जोडित ये,
कापित ये, पेरित ये.
रडवित ये, हसवित ये,
कुळवित ये, फळवित ये,
हाकारित लाल शिडें
लाल लाल दर्यावर
लाल लाल क्षितिजांतुन
ये यंत्रा! ये यंत्रा!
मंत्रांना सार्थ करित
स्वप्नांना स्वीकारित
उच्चारित, आकारित,
ये यंत्रा! ये यंत्रा!
संहारित नवदानव,
निर्मित ये नवमानव,
उद्घोषित नवमूल्यें
उद्घोषित क्रान्तिपाठ

पृथिवीक्रान्तिंरंतरिक्ष९ क्रान्तिर्द्यौः क्रान्तिर्दिशः क्रान्तिरवांतरदिशाः क्रान्तिरग्निः
क्रान्तिर्वायुः क्रान्तिंरादित्यः क्रान्तिंश्चंद्रमाः क्रान्तिर्नक्षत्राणि क्रान्तिरापः
क्रान्तिरोषंधयः क्रान्तिर्वनस्पतयः क्रान्तिर्गौः क्रान्तिरजा क्रान्तिरश्वः क्रान्तिः
पुरंषः क्रान्तिर्ब्रह्म क्रान्तिंर्ब्राह्मणः क्रान्तिः क्रान्तिंरिव क्रान्तिर्मे अस्तु क्रान्तिंः
ॐ क्रान्तिः क्रान्तिः क्रान्तिः ।

रत्नागिरी

२८ डिसेंबर १९४९

सावल्या

सावल्या पडतात
सकाळच्या वेळीं
लांब...लांब...
जेव्हां लाजरीं
कोवळीं किरणें
गोजिऱ्या हातांनीं
करतात स्पर्श
आंब्याच्या मांड्यांना,
फणसाच्या स्तनांना
वडाच्या दाढीला!

सावल्या पडतात,
सकाळच्या वेळीं
लांब...लांब...
तारुण्यांतील
स्वप्नासारख्या
सुचवीत सुचवीत
घेणाऱ्या वस्तूंचे
संभाव्य आकार!

सावल्या पडतात
भर दुपारीं
खुरटलेल्या
कुब्जेसारख्या.
पायाखालीं
अडमडतात,
अडखळतात,
चेटकिणीचीं
काळी मांजरें!

सावल्या पडतात
संध्याकाळीं
लांब...लांब...
मोजून ठेवतात
प्रत्येक वस्तुच्या
थडग्याची लांबी

सावल्या पडतात
संध्याकाळीं
लांब...लांब...

म्हाताऱ्याच्या
वासनेसारख्या
तेजापासून
धूम ठोकीत
पळतात. पळतात,
विरुद्ध दिशेनें
क्षितिजाकडे;
आणि शेवटीं
निरुपायानें
घेतात स्वतःचा
आकार पिंजून
अनंताशीं
एक होतांना!

सावल्या पडतात.
संध्याकाळीं
लांब...लांब...
—भुतांनी काढलेलीं
मातीवरील विचित्रें!

सावल्या पडतात
कधीं कधीं
हृदयाच्या गुहेंत;
भिंतीभिंतीवर
ठसा उठवीत
मेलेल्या, मरणाऱ्या,
विचारांची भुतें
भटकत असतात
उलट्या पावलांनीं
सावल्या पडतात
कधीं कधीं
हृदयाच्या गुहेंत
आणिक आठवतात
प्लेटोच्या गुहेंतील
छायांचे नाच!
वाटतें आंतून
आपणही व्हावें
लहानशी सावली;
आणि जावें
शोधीत शोधीत
जुनाट अश्वत्थ—
ज्याच्या सावल्या
नसतात पडत
मर्त्य भूमीवर!

रत्नागिरी

७ जानेवारी १९५०

आम्ही दोघे

‘होण्यां’तील शक्यता
आनंद, गति,
‘आहे’तील स्थितीहून
अमाप, असीम;
म्हणूनच आम्ही
देहाच्या धनुष्यावर
इच्छेची दोरी ताणून
स्वप्नांच्या बाणांचा
करतों वर्षाव
भुसभुशीत भविष्यावर!

आम्ही दोघे :
प्रयोगशाळेंतील
विज्ञान-महर्षी
जीवनयोगाचे
उपासक कलावंत.
दुबळ्या इंद्रियांचा
पांगळा आत्मा
चढणार कसा
भविष्यकालाची
खडी चढण!

म्हणून करतों
आम्ही दोघे
इंद्रियांची पूजा
आत्म्याच्या प्रकाशांत
मेघमंदिरांतील
विद्युतकणांची
प्रकाशमय पाउलवाट
पाहणाऱ्या द्रष्ट्यांना
असतात अनुभूती
पुष्कळ इंद्रियातीत
विज्ञान-महर्षी
इंद्रिये स्वीकारून
होतात इंद्रियातीत
अनुभवाचे धनी.
इंद्रियांचा दुवा
जोडतांच होतात
अनुभूती जिवंत!

आणिक कलावंत
अमूर्त आत्म्याला
असतात आकारीत
असेच इंद्रियांतून;
जाणिवेच्या गुहेंत
घेतात निरखून
आत्म्याची पाउलवाट;

आणि भोगतात
'होण्यां'तील शक्यता,
आनंद, गती,
जगाच्या अगोदर !
इंद्रियांतून जातात
इंद्रियातीत ज्ञानाकडे.

याच ज्ञानांतून
होतात निर्माण
दुर्दम्य आशा,
ज्या करतात
मानवांना प्रवृत्त
देहाच्या धनुष्यावर
इच्छेची दोरी ताणून
स्वप्नांच्या बाणांचा
करण्या वर्षाव
भुसभुशीत भविष्यावर!

कारण कालाच्या
गतिमान चक्रावर
आमचेच हात
येणाऱ्या जीवनाच्या
ओलसर मातीला
असतात देत
आवश्य आकार!

रत्नागिरी

३० जानेवारी १९५०

हे आइन्स्टीन

हे आइन्स्टीन!
तूं आहेस
चैतन्यसृष्टीचा
आमच्या जगांतील
एकमेव उपासक;
तुझी दृष्टि
आहे स्थिरावली
अंतिम सत्यावर;
आहे तुझीच
अदृष्टाला
स्पष्ट करणारी
प्रगाढ प्रज्ञा
जिनें दिला
मानवी मनाला
'सोऽ हम्'चा साक्षात्कार!
हे आइन्स्टीन!
दोन युद्धांची!
वेडीं वादळें
आपटून गेलीं
तुझ्या खिडकीवर;
नाहीं हालली
तुझी ज्योत!
आणि म्हणूनच
तिच्या धुराचे
काळें काजळ
डोळ्यांत घालून
झाल्या दिशा
धन्य! धन्य!

हे आइन्स्टीन!
तुझ्या लेखणींतून
समाज-पक्षिणी
घालते अंडीं
विज्ञान-विश्वांचीं!
—जीं उबविण्यास
पाहिजे तिच्यात
सृजनशील संयम;
—जीं उबविण्यास
तिच्या पंखांत
पाहिजे ऊब
मानवी प्रेमाची!

हे आइन्स्टीन!
तूंच सांग
संशयीं जगाला
अंतिम सत्य;
ज्याच्या प्रकाशांत
काल-पुरुष
आकाशगंगेचा
घालून पट्टा
हुजऱ्याप्रमाणे
येईल पुकारीत
अटळ भविष्य!

हे आइन्स्टीन!
'कोण', 'काय',
'कसें', 'कुठें'
'कधी', 'किती',
'कां'-असे
सात संबंध
माझ्या मानेवर!
सूर्यमालेची
जपमाळ घेऊन
अश्वत्थाभोंवतीं
प्रदक्षिणा घालणाऱ्या
गूढ महंता!
बोल केव्हां
गाडशील यांना
विज्ञान गणिताच्या
एकाच महावाक्यांत

रत्नागिरी
१ मार्च १९५०

पश्चिम समुद्रांत

हळूच उमलली
पश्चिमेची
लाल कळी;
आणि उधळले
प्रकाशपराग
पश्चिम समुद्रांत,
...मोरपिसांचा
पडला पाऊस;
...लकाकणारीं
लाल थारोळीं
...इंद्रधनुष्यें
आकाशांतून
गळतात दर्यांत
आणि विरघळतात
खाऱ्या पाण्यानें;
त्यानेंच हसतात
इतके रंग
धुंद, विलासी.
...थबथबलेले
ओले रंग
गार, गडद,
सलतात डोळ्यांत;
जातात पसरत
नसानसांतून
आणि अधाशी
सावल्या देतात
तृप्तीची ढेकर!

...वाटतें ब्रह्म
मारतें मिठी
मत्त मायेला;
आणि गळतें
दिक्कालाच्या
गर्भाशयांत
सोनेरी चैतन्य!

अशा वेळीं
वाटते करावी
पुन्हा सुरुवात
आयुष्याच्या

सगुण भैरवीला.
वाटतें जगावें
छेडीत, छेडीत,
इंद्रियांची
सुरेल सतार.
...वाटतें जगावें!
वाटतें जगावें
पुन्हा अनुभवीत
अतृप्त आत्म्याच्या
हावऱ्या हालचाली.

अशा वेळीच
पाहून आत्म्याचें
अचाट साहस
घेतो काल
सन्मान्य माघार!

अशा वेळींच
मी जगतों
भूत-भविष्य
थरारणाऱ्या
एका क्षणांत;
ज्याच्या पोटांत
अस्तित्वाचा
होतो लोप
आणि साधतो
मधुर मोक्ष.

अशा वेळींच
मी वेडावतों
हठाळ योग्यांना;
कारण...कारण...
धडपडणारी
हूड संध्या
खिदळतां, खिदळतां,
आकाशाचें
फोडते झुंबर
पश्चिम समुद्रांत!

रत्नागिरी

२७ मार्च १९५०

वरदान

आनंदाचा अहेर घेउन
आला हुडकित मजला कोणी;
रवि-किरणांची त्याची दाढी,
स्वर्गंगेचें नयनीं पाणी!

आला धुंडित मजला कोणी
अहेर घेउन आनंदाचा;
ब्रह्माच्या कवटीचा होता
कमंडलू तेजाळ तयाचा!

आनंदाचा अहेर घेउन,
फेकित नक्षत्राची अक्षत,
'होवो मंगल' वदला कोणी;
आणिक झालें मस्तक उन्नत!

आणिक झालें मस्तक उन्नत!
तें न कधींही आतां नमणें;
चौऱ्या ढाळित चार दिशांच्या
हुजरे बनले 'जगणें मरणें'!

रत्नागिरी
३ एप्रिल १९५०

माझ्या परसांत एकच झाड!

माझ्या परसांत
एकच झाड
वाढलें आहे
ताड-माड!
अंगावरती
कांटे छान
त्याच्यावरती
नसतें पान!
पणजोबांचें
झालें लगीन,
तेव्हा आलीं
फळें तीन!
तीन रंग,
तीन चवी;
जो तो म्हणे,
मला हवीं!
तीन भाऊ
लढले फार;
पडलीं फळें
झाले ठार!

माझ्या परसांत
एकच झाड
वाढलें आहे
ताड-माड!
सात वेळां
पडते खार;
सात वेळां
फिरते घार;
पक्षी टाळतात
त्याला उघड;
फक्त त्यावर
बसतें घुबड!
रात्रीं पळतात
वेली दूर
ढोलीमधून
येतात सूर!

माझ्या परसांत
एकच झाड
वाढलें आहे
ताड-माड!
त्यांचे कांड
चढेल कोण?
अगदीं वरती
खांदे दोन!
माध्यान्हीला
काय घडे?
खांदे जुळतात
शेंड्यापुढें!
झाड करतें
नमस्कार!
आजी म्हणते,
"जपा फार;
पाहील त्याला
लागेल खूळ;
होईल नष्ट
त्याचें कूळ!"

रत्नागिरी

२१ एप्रिल १९५०

नाहीं रे झेपत

नाहीं रे झेपत
प्रकाश-प्रपात
साध्या आत्म्याला;
वाटतें विरेल
माझ्या जीवनाचें
ठिसूळ मडकें
चैतन्याच्या धारेंत
आणि होईल
पाणीच गढूळ!

नाहीं रे झेपत
निर्जीव मनाला
सृजनशील बीजें;
वाटतें यांच्या
पसरत्या पाळांनी
भंगेल माझा
जुनाट चौथरा,
जुनाट पिंडी!

नाहीं रे झेपत
कुजक्या शिडाला
वादळी वारा;
जो करतो
माझ्याच देहाच्या
असंख्य चिंध्या
आणि छेडतो
थरारणारे
भेदक स्वर!

नाहीं रे झेपत
तुझा गर्भ;
जो घेतो
नसानसांतून
शोषून रक्त;
ज्याची भूक
माझ्या 'मी'ची
मागते पूर्णाहुती!

नाहीं रे झेपत
तुझें औदार्य;
जें येतें
उसळत उसळत
लाव्हांच्या लाटांतून
—उकळतें अमृत!
नाहीं रे झेपत...
...कारण माझ्या
पिचक्या हाडांत
असाध्य रक्तक्षय.

काळी राणी

नव्हती अपुली ओळख कांहीं
रक्तांना पण कळलें नातें;
क्षणांत तुटलें कृत्रिम बंधन
इच्छेचें चकमकतां पातें!

पोर तशी तूं काळी, काळी
नजरेंत तुझ्या काळा कावा;
केस काजळी; काळी कंबर;
देह तुझा ग काळा पावा.

काळ्या काळ्या कुट्ट वासना
काळोखांतुन जिभल्या चाटित
तुझ्याच काळ्या करवंदास्तव
गेल्या धावत, गेल्या धावत.

अन् तुझिया काळ्या अंगांतुन
आल्या काळ्या लहरी धावत.
त्या लहरींतुन, त्या लहरींतुन,
अजुन असें मीं वाहत, वाहत.

रत्नागिरी
११ मे १९५०

गर्भाधान

लांब बोटांच्या
लाल डोळ्यांना
अंधारांतच
कळलें सारे
अनिष्ट सत्य.

तिच्या काळजांत
तेव्हांच झालें
चर्र्र् चर्र्र्;
आणि उठला
पोटांत गोळा;
—नऊ महिन्यांनी
निश्चित येणाऱ्या
भेसुर क्षणाची
दुबळी नक्कल.

त्याच बोटांनीं
तिनें उघडलें
विजेचें बटण
आणि नंतर
त्या प्रकाशांत
त्याच ठिकाणीं
दिसलें तिला
पुरुषी स्वातंत्र्य.
गोड ग्लानीच्या
असीम गुंगीत,
अस्ताव्यस्त,
बेडर, बेफिकीर.

तिला उमगलें...
"आजपासून

नऊ महिने
आपण मात्र
अगदीं एकटेंच
पाहिजे चाललें
निराळ्या वाटेनें;
—काढीत काढीत
ओंगळ ओकाऱ्या,
अगदीं मृत्यूच्या
दारापर्यंत.
अगदीं एकटें...
अगदीं एकटेंच..."

तिच्या डोक्याच्या
खोल पोकळींतून
गेली धावत
मत्सराची
जळती चूड;
आणि क्षणभर
तिला वाटलें
"आपण घ्यावा
याचाच प्राण;...
याला तुडवावें,
बडवावें, रडवावें."

पण नंतर
तिची तिलाच
वाटली लाज :
तिनें घोळलें
आपल्या मनांत
त्याचें आराधन,
त्याचीं पत्रें,
त्याचे नजराणे
त्याचा त्याग,
त्याचे स्पर्श;
आणि केला
न मानणाऱ्या
सुप्त मनाशीं
बेगडी बनाव.

पुन्हा एकदां
त्याच बोटांनीं
तिनें हलविलें
विजेचें बटण,
आणि त्याच्याच
कुशींत खुपसून
आपलें नाजुक
रेशमी डोकें
तिनें मिसळला
एक अस्फुट
उष्ण हुंदका
त्याच्या घोरण्यांत.

रत्नागिरी

२० मे १९५०

लोकभयें, लोकभयें

शांत रक्तहीन तुझ्या
        मुद्रेच्या खालीं तें
अंतर तव तळमळतें
        हें न मला का कळतें?

हें न मला का कळतें
        तूं पिचशी माझ्यास्तव;
हिमशिखरें पांघरशी,
        आंत परी हें तांडव.

आणिक जें दडवुं नये,
        तुडवुं नये, सडवुं नये...
तेंच करित ना आपण
        लोकभये, लोकभयें.

मी पृथ्वीचा झालों प्रियकर

दफन करुन भगव्या कफनीचें
मी पृथ्वीचा झालों प्रियकर;
मी मातीशीं करुनी मस्ती
अधर-क्षत केलें अवनीवर!

चढली माझ्या नव स्पर्शानें
पृथ्वीच्या गालावर लाली;
उसळुन आल्या तिच्या उरांतुन
सळसळणाऱ्या हिरव्या साळी.

उष्ण तिचीं निःश्वसने प्यालों;
त्या धुंदींतच स्फुरलीं गाणीं —
''स्वर्ग इथें वा इथेंच रौरव;
या मातींतच, याच ठिकाणीं!''

धर्म रडे हा धाय मोकलुन;
आणि लपें पापासह ईश्वर.
दफन करुन भगव्या कफनीचें
मी पृथ्वीचा झालों प्रियकर!

कागल

५ जून १९५०

ईव्ह

स्वर्गसुखाला तूं नच भुललिस;
तूं नच नमिलें सुल्तानी बळ;
अनंत मरणें घेउनि माथीं
ज्ञानतरूचें चाखियलें फळ.

आणिक जेव्हां कमलकळीसम
हात फळास्तव केला त्वां वर
ज्ञानतरूही लवला खालीं
नमन तुला करण्याला सादर.

या तुझिया एका पापानें
मानवता झाली तेजोमय.
काय तमा तिजला स्वर्गाची?
त्या नरकाचें काय तिला भय?

अनंत पापें अशीं करावीं;
अनंत मरणें घेउनि माथीं.
ज्ञानतरूच्या त्याच फळास्तव
आज जहालों मी तव साथी!

कागल

११ जुलै १९५०

तुझिया ओठावरचा मोहर

तुझिया ओठावरचा मोहर
मम ओठावर गळला ग;
अन् आत्म्याच्या देव्हाऱ्यांतुन
गंध मधुर दरवळला ग.

आज मधाची लाट मनावर
उसळत उसळत फुटली ग;
आज सखे, मज नकळत अलगद
गाठ जिवाची सुटली ग.

आगांतुक ही आज दिवाळी
उंबरठ्यावर बसली ग.
आज घराचीं फुटकीं कौलें
अंधाराला हसलीं ग.

चार दिशांच्या चार पाकळ्या
चार दिशांना वळल्या ग;
—विश्वफुलांतिल पिवळे केसर —
खुणा तयांच्या कळल्या ग.

कागल

२८ जुलै १९५०

डोळ्यांतल्या डोहामध्यें

डोळ्यांतल्या डोहामध्यें
खोल खोल नको जाऊं;
मनांतल्या सावल्यांना
नको, नको, सखे, पाहूं;

जाणिवेच्या गाभाऱ्यांत
नको जाऊं एकटीनें;
गेलेल्यांना साधलें का
व्यथेवीण मागें येणें?

व्यथेच्या या पेल्यांतून
सत्याचे जे घेती घोट,
पूस त्यांना कसा कांपे
पितां पितां धीट ओठ!

कागल
३० जुलै १९५०

हुंकार

मनास माझ्या कधीं कधीं ती
            रितेपणाची जाणिव होते;
आणिक जें केलें तें सगळें
            शून्यांत पुरें जिरुनी जातें.

मीपण जातें घसरत घसरत
            अनुभूतींच्या शेवाळांतुन;
शून्यामागुन शून्यें चढती,
            मूल्य न वाढे; फसवी जीवन.

—हुंकार असा अवचित येतो
            रित्या मनाच्या गहन गुहेंतुन;
अन् भोगाचे रचुनी डोंगर
            त्यामागें मी लपतों जाउन.

रितेपणाची सरे न जाणिव...
            हुंकाराचें पुन्हा उठे भय!
ठरतो ठरतो तोच पराभव
            ज्यांत मानिला मीं माझा जय!

कागल

३० ऑगस्ट १९५०

बहुरूपी

पाहिजे शिवलें
फाटलेलें जीवन
अफाट माळावरील
हिरव्या गवताच्या
टोकदार सुयांनीं.
...माझें दुकान
आहे शिंप्याचें!
पाहिजे धुतलें
बरबटलेलें
फाटकें वस्त्र
हावऱ्या मातीवरील
चावऱ्या वाऱ्यांतील
हसणाऱ्या घामानें.
...माझा पिढीजात
परटाचा धंदा!

पाहिजे उसवला
पोरकट, पंडिती
कायद्याचा कशिदा
आणि चढविला
न विटणारा
नवा रंग;
लाल भडक;
ज्यानें बुजतील
खुनी रक्ताचे
कडक डाग!
...मी रंगारी
मातीच्या रंगाचा!
पाहिजे सोडविला
क्रान्तीच्या फणीनें
आजारी जीवनाच्या
केसांचा गुंता.
आणि नटविली
बुजऱ्या जनतेची
लाजरी नवरी
भविष्यकालाच्या
प्रगाढ प्रणयास्तव.
...माझ्या रक्तांतील
भटजी हटेना!
लग्नें लावण्याची
हौस फिटेना!

कागल

१ सप्टेंबर १९५०

जडाच्या जांभया

रडण्याचेंही बळ नाही;
हसण्याचेंही बळ नाहीं;
            मज्जा मेली; इथें आतां
जीवनाची कळ नाही.

संस्कृतीला साज नाहीं.
मानवाला माज नाहीं;
            आज कोणा, आज कोणा,
जीवनाची खाज नाहीं.

इथें आतां युद्ध नाहीं;
इथें आतां बुद्ध नाहीं;
दुःख देण्या, दुःख घेण्या
इथें आतां शुद्ध नाहीं.

भावनेला गंध नाहीं;
वेदनेला छंद नाहीं;
जीवनाची गद्य गाथा
वाहतें ही; बंध नाहीं!

चोर नाहीं; साव नाहीं;
मानवाला नांव नाहीं;
कोळशाचा भाव तेजीं
कस्तुरीला भाव नाहीं.

जागतें कैवल्य नाहीं;
संशयाचें शल्य नाहीं;
पापपुण्या छेद गेला.
मुक्ततेला मूल्य नाहीं.

जन्मलेल्या बाप नाहीं;
संचिताचा ताप नाहीं;
यापुढे या मानवाला
अमृताचा शाप नाहीं.

—जाणिवेची याच साधी
राहिली मागें उपाधीं;
— या जडाच्या जांभया हो
ना तरी आहे समाधी!

कागल

२१ सप्टेंबर १९५०

सुखाच्या शोधांत

सुखाच्या शोधांत
फिरते पृथ्वी
घेऊन हातांत
चंद्राचा चोरकंदील!
आणि फिरतात
त्याच्या शोधांत
पृथ्वीचीं पोरें
अतृप्त मुशाफीर!

सुखाच्या शोधांत
ओसाड पृथ्वीची
जंगलें पिंजणाऱ्या
माझ्या मुशाफिरा!
थांब जरासा;

आपल्या बाळांच्या
विस्कळीत केसांतून
फिरव बोटें.
पहा असेल
सांडलेलें सूख
तेथेंच लपलेलें!

माझ्या मुशाफिरा!
थांब जरासा;
वादळी जीवनाच्या
सहस्र स्वप्नांनी
जागृत होऊन
आकाश पिंजण्यापूर्वी
पहा रे आपल्या

उशीच्या खालीं;
असेल तेथेंही
सूख दडलेलें!

माझ्या मुशाफिरा
ऐक, ऐक,
दमलेल्या भागलेल्या
नाजुक हातांनीं
आत्तांच दिलेल्या
खरपूस, खमंग
लसणीच्या फोडणीचा
चर्र आवाज;
आणि तव्यावर
उडूं पाहणाऱ्या
भाकरीची फडफड!

ऐक, ऐक,
खळ्याच्या कोपऱ्यावरील
मोहरलेल्या आंब्याच्या
विशाल वृक्षावर
डोकें टेकून
टिकाळी शोधणाऱ्या
रसाची कुजबूज:
"स्थीर राहूनही
वाढते उंची;
जातात पाळें
खोल खोल;
स्थीरतेचाच
बुरखा पांघरून
जगते गती
निराळ्या पातळींत!"

याच गतीलाः
असतें शोधीत
सुखाचें भूत
बंदिस्त स्थितींतून
होण्या विमुक्त.
सुखाचें भूत —
जें काढतें
सर्वांची कळ;
आणि लपतें
त्यांच्याच सावलीच्या
मिस्किल अंधारांत!

कागल

२२ सप्टेंबर १९५०

गोंधळ

सोनापूरच्या
इनामदारांचें
लागलें लगीन;
आणि झाला
आमणापूरच्या
बापू गोंधळ्याचा
प्रख्यात गोंधळ.
पांचव्या पट्टींतील
खड्या स्वराशीं
झुंजत बसणाऱ्या
कडक संबळीवरील
टिपऱ्यांचें तांडव
ऐकून चढलें
माझें डोकें
नास्तिक, अश्रद्ध;
वाटलें क्षणभर
बापू गोंधळ्याची
तणतणणारी
संबळ फोडावी
सगळ्या गोंधळ्यांचीं
मुंडकी तोंडावीं!

पण इतक्यांत
मशाल हसली!
माझ्या मेंदूला
संबळ डसली!
बापू गोंधळ्याचीं
तुटकीं मुंडकीं
सर्वांच्या खांद्यावर
येऊन बसलीं;
आणि ओरडलीं;
"कडकडणाऱ्या
माझ्या संबळीवर
तुम्ही सगळेच
नाचतां गोंधळ!
माझी संबळच
बोलते तुमच्या
हृदयाची भाषा."
माझ्या मेंदूच्या
ताणलेल्या चांबड्यावर
बापू गोंधळ्याच्या
टिपऱ्यांनीं केली
नाचायला सुरुवात
आणि उठले
अंतर्मनाच्या
खोल दरींतून
कांही प्रतिध्वनी :

''आम्ही सगळेच
घालतों गोंधळ
पांढऱ्या कपड्यांतील
गलिच्छ सोंगाडी;
आयुष्याचा
मांडतों मांड;
बांधतों कडाकणी
जोंधळ्याच्या थाटांनी;
...आम्ही सगळेच
गातों आरत्या
जुन्या देवांच्या
नव्या दगडांच्या;
...आम्ही सगळेच
राष्ट्राराष्ट्रांच्या
चौकाभोवतीं
नाचतों पाजळत
जुन्या मशाली,
जुने काकडे,
चिंध्यांच्या दिवट्या;
...आम्हीच पाजळतों
कांपऱ्या हातांनीं
शास्त्रांच्या दिवट्या;
वाटोळ्या अश्रूंचा
व्याज मोजून
मांडतों गणित
मानवी दुःखाचें;
स्वरकंपाच्या
सैद्धांतिक बळावर
बनवितों अचुक
हुंदक्यांचें शास्त्र.

...अजुन जळतात
अंधाऱ्या गुहांतून
अध्यात्माच्याच
आमच्या दिवट्या;
जिटेच्या जंगलांतील
विचारांची भुतें
नाचतात सभोंती.
...आम्हीच, आम्हीच
आकाशाला
डोकें हापटून
टक्कल पडलेले
महान् अक्कलवंत
कानामध्यें
घालतों बोटें
आणि ओरडतों
नेति नेति
ज्ञानाच्या उन्मादांत!

...आम्ही सगळेच
घालतों गोंधळ
...रस्त्यारस्त्यानें
आमचींच, आमचींच,
धडें धावतात
मुंडकीं शोधीत!
फाटक्या कपड्यांचीं
बोचकीं सावरीत
आम्ही पळतों,
मागतों भीक
फक्त मुंडक्यांची :
'दे दान सुटे गिरान
दे दान सुटे गिरान'

...आम्ही सगळेच
सच्चे, सच्चे!
ब्रह्माचे बच्चे,
...स्वतःच्या विष्ठेचा
धागा बनवून
त्याच्याच जाळ्यांत
पकडतों भक्ष्य
आणि इतरांना
...बांधता बांधतांच.
बांधतों स्वतःला;
आम्ही सगळेच
मानवी कोळी,
विणतों जाळीं
रेशमी संस्कृतीचीं;
आणि आमच्या
उजाड मनांतील
सहस्र सांगाडे
मांसहीन हातांनीं
वाजवितात टाळ्या
निर्मितीच्या आनंदांत.

...आम्ही सर्व,
समाज-अजगराच्या
कुजक्या बरगड्या,
नाचतों गोंधळ
अलग अलग;
आमच्या अलगतेंत
नाहीं शक्ती
सृजनशील गतीची;
म्हणून खातें
मरण्यापूर्वी
समाज-अजगर
आपलीच शेपटी
आपल्याच तोंडाने!
...एका संस्कृतीचा
अंत पाहूनच
एकदां हसते
इजिप्तची स्फिंक्झ्!

...आम्ही सगळेच
नाचतों गोंधळ.
...साऱ्या जगांतील
निशाणें जोडून
बनवितों पटके!
विविध वादांच्या
असंख्य चिंध्या
जोडून बनवितों
आपल्या लंगोट्या!
तरिही शेवटीं
राहतों नागडेच!
हिटलर-गांधी गोंधळा या हो,
बुद्ध-महंमद गोंधळा या हो,
हेगेल-नित्से गोंधळा या हो,
रसेल-रूसो गोंधळा या हो,
फ्राइड्-ॲड्लर गोंधळा या हो,
डार्विन-आइन्स्टिन् गोंधळा या हो,
मार्क्स-मनू तुमि गोंधळा या हो,
झालेल्यांनो गोंधळा या हो,
होणाऱ्यांनो गोंधळा या हो,
उदे, उदे, उदे, उदे, उदे!

कागल

४ ऑक्टोबर १९५०

बंडखोर आत्मे

दिक्कालाला
पोटांत घेणारा
जीवनगंगौघ
टाकतो बुजवून
तीरांच्या मर्यादा
प्रवाही प्रेरणेच्या
लाल महापुरांत.
बंडखोर आत्मे
वर्तमानकालाच्या
क्षुद्र बिंदूला
जातात नाकारीत.

...कालाच्या रेषेंत
वर्तमान बिंदूला
असतें फक्त
आकारहीन अस्तित्व.
...भविष्याचा
भूत बनतांना
जाते छेदली
वर्तमान बिंदूतून
जाणिवेची पातळी;
आणि घडतो
'आहे'चा संभ्रम!

बंडखोर आत्म्यांना
जन्म देतांनाच
जातें फाटून
'आहे'चें पोट
आणि उरतो
फक्त भविष्य
जीवनशक्तीच्या
विकास-विलासाला.

बंडखोर आत्मे
जातात नाकारीत
वर्तमानकालाचा
क्षुद्र बिंदूला;
कारण त्यांच्या
गतिमान जीवनाचा
पोलादी कणा
असतो जोडलेला
इच्छेच्या पट्ट्यानें
भविष्यकालांतील
प्रभावी चक्राला.

भूतभविष्याच्या
साम्राज्यसीमेवरील
वर्तमानकालाची
अटळ दस्तुरी
पाहते शोषण्या
आत्म्याची संपत्ती.
'आज'चा शिपुरडा
विचारतो कांहीं
उद्धट प्रश्न;
मागतो लांच!

पण तरीही
जातात, जातात
बंडखोर आत्मे
चैतन्यरथांतून
प्रकाशवेगानें;
जातात चुकवून
वर्तमानकालाची
अटळ दस्तुरी;
आणि स्वीकारतात
'होईल'चा आनंद
'आहे'च्या अगोदर.

कागल

५ ऑक्टोबर १९५०

पांथस्थ पक्षी

चावऱ्या हिवाळ्यांतील
कांपरी प्रभात
पाहाते डोकावून
अचल तळ्याच्या
रुपेरी आरशांत;

...प्रगाढ शांतीला
उराशीं घेऊन
प्रशांत जलाशय
आहे निवान्त
तृप्तीच्या समाधींत.

म्हातारे डोंगर
घालतात डोक्यावर
धुक्याच्या कानटोप्या.

हिमालयांतील
पांथस्थ पक्ष्यांचा
पांढरा थवा
घालतो प्रदक्षिणा
तळ्याच्या सभोंतीं;
पसरतो ऊब
झोपलेल्या पाण्यावर;

पांथस्थ पक्ष्यांचे
पसरतात पंख
तळ्याच्या हृदयावर;
वाटतें उमलतात
मानससरोवरांतील
पांढरी कमळेंच!
आणि दाटतो
माझ्या आत्म्यांत
न मावणारा
विशाल सुगंध!

स्थलकालाची
मेंग टाकून
भटकतो आत्मा
हिमालयाच्या
गूढ गाभाऱ्यांत
पांथस्थ पक्ष्यांच्या
पांढऱ्या पंखांवरून;
...तराईंतील
उंच गवताच्या
काड्या चघळीत
करतो रवंथ
संथ, संथ;
मारतो मुसंडी
गेंड्यांच्या झुंडीत.
...देवदारांच्या
विशाल जंगलांतून
जातो कुरवाळीत
तालांच्या तुऱ्यांना.

...जातो शोधीत
अनंत श्रृंगांच्या
पांढऱ्या कपिलेची
चार स्तनाग्रें :
गंगोत्री, जम्नोत्री;
बद्रिनाथ, केदारनाथ!

...माझाही आत्मा
पसरतो पंख
मानससरोवराच्या
निळसर पाण्यावर,
घालतो प्रदक्षिणा
प्रकाशवेगानें,
आणि पहातो
निराळेंच प्रतिबिंब
...चकमकतो, झगमगतो,
बर्फाच्या समुद्रांतील
तेजाच्या लाटांतून;
आणि मिटतो
आपलेच डोळे
आपल्याच तेजानें!
तिथेंच सांपडतें
शेवटचें तीर्थ;
जें करितें
कमलाच्या करानें
माझ्याच आत्म्याचीं
तीन आचमनें
आणि चढवितें
मुक्तीला बाळसें!

कागल

ऑक्टोबर १९५०

तुझें नि माझें अपुरें मीलन

निळ्या महालीं नाचत माया
चंद्राचा डफ फडफडला!
तुझें नि माझें अपुरें मीलन
जीव तयानें तडफडला.

शतजन्मांच्या पडद्यामागुन
तूं लपशी चुकवुन मजला;
जें न मिळे त्यासाठीं जगणें,
नाद मधुर-कटु मज जडला;

मी गातों स्वप्नांचें संगित
तव साथीविण रंग नसे;
अखंड आलापीची वळवळ,
परंतु मज ना सम गवसे,

फुटुनी जाइल चंद्राचा डफ,
म्हातारी होइल माया;
तरिही येइन मी तुज शोधित
मीलन-दिन माझा घ्याया!

कागल

२९ ऑक्टोबर १९५०

सगळें मिळतें

ओठामध्यें आव्हान तुझ्या;
नजरेमध्यें काळें चेटुक;
वास्तव दिधलें फेकुन जीवन
जसें विडीचें जळकें थोटुक!

नकोस समजूं कटुता कांहीं
पीळ घालतें हृदया माझ्या.
सगळें मिळतें, सगळें मिळतें
बोलतेस तूं जेव्हां-'राजा'

रत्नागिरी
८ एप्रिल १९५०

कावेरी डोंगरे

डोक्यावरचा
पोलादी पंखा
लपवितो अंग
गतीच्या बुरख्यांत

...डाव्या हाताची
मंदा एकबोटे
बसते चघळीत
चविष्ट चॉकलेट.

...उजव्या हाताची
चंपा साखरे
साखर पेरून
फितविते सारे;
अनुवठी ओवाळून.
करते आरती
तुळतुळीत भांगांच्या
मुळमुळीत पोरांची.

...समोरच्या रांगेंतील
कारकुनी डोळे
निरनिराळ्या कोनांनीं
मिळतात तिच्या त्या
बोचक अनुवठींत;
आणि उठतात
आंबट आठ्या
कावेरी डोंगरेच्या
लांबट भुवयांवर.

'ए' फार्मचें
...कोड तपासत्ये
कावेरी डोंगरे,
आणि देत्ये
गोल जांभया
पाहून पुराणें
परिचित हस्ताक्षर.
गुंड्या गोखलेच्या
नवीन अपत्याचे
बनतें कार्ड;
फाटतो कागद
टाकाच्या टोचणीनें.

...हलकेच येतात
चार हिवाळे
लोळत लोळत
स्मृतीच्या कुशींत;
करतात गुदगुल्या;
काढतात चिमटे.
आठवतात तिला
...कॉलेजातल्या खुराड्यातील
गुबगुबीत कबूतरें.
...गुंड्या गोखलेचे
आर्जवी दृष्टिक्षेप
लोळतात मांडीवर;
आणि उठतात
गोड झिणझिण्या.

...मध्येच किणकिणते
'आरो'च्या टेबलावरील
चोंबडी घंटा!

[गुंड्यान् केलीन्
चांगलीच चंगळ;
मग शेवटीं
अडला मंगळ!
आजारी आईनें
घातलीन् गळ.
गुंड्या शहाणा
नव्हता लोचट;
व्यवहार खरा,
प्रेम पोचट!
गुंड्यान् बांधलान्

धर्मांचा गंडा
मिळविलीन् जागा
मिळविलान् हुंडा.]

...हलकेच येतात
चार हिवाळे
स्मृतीच्या कुशींत
दाखवीत जीवन
अंधुक, अस्पष्ट,
वृत्तपत्रांतील
चित्राप्रमाणें.
आठवतात तिला
कॉलेजच्या फळ्यावरील
बीभत्स शब्द :
"डोंगर पोखरून
निघाला उंदीर!"
आणि विटत्ये
गुलाबी भावनेची
विरविरीत साडी.

...मध्येंच किणकिणते
'आरो'च्या टेबलावरील
चोंबडी घंटा!

...टेबलावरील
फाटक्या चिटोऱ्यावर
तिनें काढलें
एक लंबवर्तुळ;
— 'O' चें अक्षर! —
आणि केलें
त्याच्या डोक्यावर
थोडेंसे किजबिट.
अजाण अक्षरांत
भासलें तिला
बालकाचें तोंड;
किजबिटांत दिसलें
केसांचें जावळ;
आणि पाझरली
तिच्या कण्यांतून
गरम मृदुता
कमरेच्या दिशेनें!

...करकरणारें
कोंकणी पायतण
वाजवीत वाजवीत
जातो घेऊन
तिच्या पुढ्यांतून
तरतरीत म्हातारा
आपल्या बालकाच्या
दुधाचें कार्ड;
म्हणत मनाशीं
"पडलों एकदांचा
गोकुळांतून बाहेर!"

कागल

१३ नोव्हेंबर १९५०

हें तुजला सांगु कसें?

तृप्तींतच बहर तुझा;
अतृप्ती माझा वर;
स्वप्न निळें पहाण्यास्तव
छपराविण माझें घर.

तव ओल्या नजरेंतच
स्वप्नें पण विरघळली;
स्वप्नांतच मम जीवन
खूण मला मग कळली.

ओठांवर दहिवर हें.
— तुज भासें अमृतसें!
स्वप्नांसह मी सरलों;
हें तुजला सांगुं कसे?

कागल

२३ ऑगस्ट १९५१

भेंडवताच्या कोंडीमध्यें

जिथें तपस्वी सुळक्या डोंगर
मरी नदीला ठोकर हाणी,
भेंडवतांची कोंड अशी ही
असें पुरातन त्याच ठिकाणी :

भेंडवताच्या कोंडीमध्यें
सात भोवरे धरिती फेरा;
पद्मासन कांठावर घालुन
संध्या करिती उंबर तेरा!

भेंडवताच्या कोंडीमध्यें
तरंगती बेलाचीं पानें
एकादशिला. कोठून येती
मी नच जाणें, मी नच गाणें!

भेंडवताच्या कोंडीमध्यें
झपाटलेला लवतो पिंपळ;
फक्त एकदा ग्रहणानंतर
लववुन फांद्या चुंबितसें जळ!

भेंडवताच्या कोंडीमध्यें
घुमघुमतें पाणी खडकांतुन
म्हणाल आणिक फसाल! तें तर
उलट्या रुद्राचें आवर्तन!

भेंडवताच्या कोंडीमध्यें
रूप आपलें कुणी न पाही;
पहाणाराचें जातिल डोळे;
दिसेल दुसरें अद्‌भुत कांहीं!

दिसेल दुसरें ते डोळ्यांविण.
सरेल मणक्यामधला ताठा.
पिशी मावशी वदेल सारें...
जपून जा, पण जरूर गांठा!

कागल

६ सप्टेंबर १९५१

भंगाईचा चाळा

आडिवऱ्याच्या वाटेवरती
भंगाईचा वसतो चाळा;
निदान पैसा दिल्याविणा नच

कुणिही येथुन नेइल बाळा.
शिमग्यामध्यें सारें कोंकण
फोडी-नारळ; मिळवी राखण!

ओबड-धोबड चार चिऱ्यांवर
ओबड-धोबड फुटकी मूर्ती;
मूठ मारणें ज्यांना अवगत

त्यांना अवगत येथिल कीर्ती!
या मूर्तीचें सर्वच अभिनव
देव नसे हा; नाहीं दानव!

पाराजवळुन जाणारे नर
काढुन घेती आधिं वहाणा;
नास्तिकतेच्या फुसक्या गप्पा

इथें न मारी कुणी शहाणा!
—हात फणेरी निवडुंगाचा
दिसेल पुढती, अडेल वाचा!

आडिवऱ्याच्या वाटेवरती
भंगाईची वसते स्वारी;
तिन्हिसांजेला वास धुपाचा
येइल येथें! ऐन दुपारीं

पाराभवतीं दिसेल पिवळ्या
नागोबाची निर्भय फेरी!
शौर्याचा नच मिरवा तोरा;
मुकेपणानें वाट सुधारा!

कागल

२६ सप्टेंबर १९५१

ती जनता अमर आहे!

मृगाच्या वादळांतून मीं ऐकले
मातींतील महापुरुषांचे आर्त निःश्वास;
आणि विजेच्या कडकडत्या प्रकाशांत
पाहिले मानव पोलादी कण्यांचे
जीवनाच्या ॲसिडांत विरघळून जातांना;
पाहिली मानवता दोन पेडांच्या
जुनाट जात्यानें दळीत बसलेली
आपल्याच पोरांना आपल्याच हातांनीं
आणि गात चिलयांच्या ओव्या;
नाहीं रे उजाडत.

वठलेल्या पिंपळाला अजूनहि छळतो
जुनाट महासमंध; मातींतील पाळें
येतात मातीवर; होतें डोक्यावर
वागळांचें ओझें; प्रेतावर बसतात
जानवीं घातलेलीं मानवी गिधाडें.
भटाळ समाजाला घडतो विटाळ
विधवेच्या केसांचा...यशोदा देशपांडेला
मिळतो फक्त न्हाव्याशीं एकान्त
आणि फुगतो गोकुळांतील कृष्ण
भेंड्यांतील डोहावर!...
'राधा मधुरा, गोपी मधुरा,
मधुराधिपतेरखिलं मधुरम्'
पडद्यांत गुदमरतात औरतोंके प्राण;
आणि किंचाळत्ये बच्चोंकी सुंता.
म्हारांच्या गळ्यांतील थुंकीच्या मडक्यांतच
काशींतील कुंडे करतात आत्महत्या;
रंगवतात तोंडें युगांच्या पापांनीं
जळतात निग्रो संस्कृतीच्या वेदीवर;
बरबटतें आकाश धुराच्या डांबरानें;
प्रत्येक मृत्यूंतून मरतो ख्रिस्त;
मागतो पाणी सहाऱ्याच्या पीरांकडून!;
नाहीं रे उजाडत.

सरोज नवानगरवालींतील मरते मंडोदरी
आणि उरतें भांडवली भोगयंत्र...
वाटवे वकिलाचा बुद्धीशी व्यभिचार
कापतो कायद्यानें न्यायाची मान;
निसटतो नथूमल पत्नीच्या खुनांतून;
लक्षुमण आचारी चढतो फांसावर;

बरळतो वेडांतच 'हें काय?' 'हें काय?'...
मोटारच्या आवाजानें होतात जागृत
डॉक्टरांचे कान; नर्मदा मोलकरणीची
आर्त किंकाळी धडकत्ये दाराला;
आणि सापडतें उंबऱ्यावर प्रेत.
सोन्याच्या किल्लीनेंच उघडतात दरवाजे!
जातात उंट सुईच्या नेढ्यांतून
रात्रीच्या साम्राज्यांत;
नाहीं रे उजाडत.

कर्जातच कुजतात मातींतील महापुरुष;
प्रतिभेच्या संसारांतील चुलींच्या डोक्यावर
नाचतात मडकीं. मुक्याने मरतात
अनेक भूगंधर्व अथवा बनतात
सर्कशींतील कुत्रे, आंकडेही नेणतात
अनेक आइन्स्टीन. दुबळ्या झोपड्यांतील
बरगड्यांच्या बराकींत सडतें शौर्य...
दोन वाघांना कोयत्यानें कापणारा
धुळ्या धनगर बसतो चाटीत
पाटलाचे पाय पंचवीस रुपड्यांस्तव;
फेडतो देज वर्षाच्या चाकरीनें...
कुजतात कुजतात रसरसतीं बीजें
आणि वाढतात अळंब्ये, शेवाळे,
संस्कृतीच्या गटारांत. फेसाळ शैलीवर
उठतात बुडबुडे पश्मिनी शब्दांचे
आणि मिरवतात साबणाचे व्यापारी
सरस्वतीच्या दरबारांत, मुक्यानेंच मरतात
मातींतील महाकवि
नाहीं रे उजाडत.

काळ्या कुलपांतून कुजतें धान्य
आणि तळमळतात अगांतुक अर्भकें
काळाच्या क्यूंत. व्याल्याबरोबर
वार खाणाऱ्या जनावराप्रमाणें
गिरण्याच खातात गाडलेले कापड!
आणि वांटतात उघड्यांना नागड्यांना
कोळशाचा धूर कर्णाच्या ऐटीनें.
ओसाड राजवाडे करतात रवंथ
सरंजामी सत्तेचें. लावतात दारें
आणि पदस्थल होतात गरम
माणसांच्या उबेनें...त्रेसष्ट पावसाळे
मातीशीं झुंजणाऱ्या विश्राम शेलाराला
नाहीं रे मिळाली नाचण्याची आंबील
पाय आखडल्यावर. मेला भुकेनेच...
कापडाच्या ढिगांतून श्रमवितात नग्नता
आणि जाळवतात गव्हाचीं शेतें
बुभुक्षित हातांनीं, पातळांतील वेताळ!
नाहीं उजाडत...
नाहीं रे उजाडत.

जन्मतात अपत्यें अगांतुक, अशिल्पित,
दुःखात्मक अपघात : आणि फोफावतो
मानवाचा वंश मानवी अनिच्छेनें;
पसरतें नाहींपण रक्तांतील कणांतून
आणि होतो इच्छेला अर्धांग.
नाहीं उजाडत...
नाहीं रे उजाडत.

विध्वंसक विज्ञानावर पचाक्कन् थुंकून
हसतो महारोग हरेक खेड्यांतून;
खुपसतो डोळ्यांतून सडलेलीं बोटें.
छातीछातींतील परांच्या गादीवर
लोळतो राजयक्ष्मा...आठवते मला
मावशीच्या डोळ्यांतील करुण कहाणी
जेव्हां उचलतांना दादाचें शव
खोकला नारायण; आणि मागितले
लाकडाचे पैसे लक्ष्मीच्या विश्वस्तांनीं...
युद्धाच्या नशेमध्यें प्रभावी विज्ञानेंही
ठरतात नपुंसक. मानवी बुद्धीला
लागतें स्वीकारावें पोटाचें दास्य
आणि प्रतिभा बनते रखेली.
नाहीं उजाडत...
नाहीं रे बोलवत.
आपुलीया बळें : पाषाणी ओठांतच
पाहिजे लखलखली पोलादी जीभ
आणि मिसळलें थुंकींत हलाहल
नाहीं रे उजाडत.

जरी आरवला पहाटेचा कोंबडा
फ्रान्सच्या खुराड्यांत आणि नंतर
फुटलें तांबडें रशियाच्या क्षितिजावर,
जरी चीनवर उधळला गुलाल
उगवत्या आशांचा आणि सूर्यपक्षी
लागले गाऊं सातसप्तकांतून.
नाहीं रे संपत.

आमच्याच रात्रीचा काळकुटी अंधार
वाटतें फिरावें होऊन समंध;
आणि लावावी रात्रीला आग;
वाटतें करावे कांहीं अनामिक!
निराशेच्या वातांत. आमच्याच रात्रीच्या
पोटांत कुजतो प्रकाशगर्भ;
थांबतात वेणा; आणि पसरते
भकास, भयानक, संज्ञाहीन शांति
जात्ये संकोचत नसांची जाणीव
आणि सडतात जीवनाचीं अंगें.
नाहीं रे उजाडत; नाहीं रे उजाडत,
न ना नि नी नु नू ने नै नो नौ नं नः!

तरीही शेवटीं...

वाटतें जगावें, वाटतें जगवावें,
अजूनही अजूनही करत्ये आशा
दुःखाच्या दर्याचीं तीनच आचमनें,
व्यापिते जाणीव, उरते दशांगुलें.
नाकारतां नाकारतांही जातें जीवन
आनंद आकारीत. सांडलेल्या दुधाची
उरलेली खरवडही लागते खमंग.
शुष्क वडाच्या सापळ्याची सावलीही
घालते पांघरूण आपल्या मायेचें.
अजूनही अजूनही उरत्ये जाणीव
जीवनप्रवाहाच्या संभाव्य विकासाची.
अजूनही मानव नाहीं रे शिजवीत
आपलींच पोरें आपल्याच हातांनीं,
मीडिआप्रमाणें; आपल्याच तोंडानें
नाहीं रे भक्षीत आपलीच मज्जा!
मांसहीन कणा अजूनही पेलतो

माणसाचा मेंदू; अजूनही धडधडतें
उरांत कांहींसें सगुण, सचेतन.

अजूनही आशा.

अजूनही कोणी निळ्या डफावर
विजेची थाप हाणून उद्‌गारतो :
"तूं जगशील, तुम्ही जगाल."
काळ्या मातीचें पांघरूण चाळवून
आकाशाकडे बोट करणारे
कोवळे बीजांकुर उठवितात आवाज,
"तूं जगशील, तुम्ही जगाल."
काळ्या छातीचे कसदार मळे
चढवितात लंगोट लाल लाल नद्यांचे
ठोकतात शड्डू मेघांच्या हातांनीं
आणि देतात मृत्यूला आव्हान.
हिरव्या गवताचीं टोकदार पातीं
होतात ताठ; थरथरतें, थरथरतें
अवघें चराचर जगण्याच्या जाणिवेनें;
आणि नाहींपण बसतें लोंबत
वठलेल्या मनांच्या सडलेल्या फांद्यांना,
थरथरतें, थरथरतें अवघें चराचर
जगण्याच्या जाणिवेनें...

कारण येतो
पूर्वेच्या वाऱ्यावरून उसाच्या गुऱ्हाळांचा
उन्मत्त गंध; शिरतो कपाळांत.
जातो शोधीत कुण्डलिनीचीं पाळें
आणि होतात इंद्रियें जिवंत.
आत्म्याचा डोंगळा पाहतो गिळण्या
विश्वाची ढेप! नाचतों सूर्यमयूर

ढगांच्या जंगलांत; पसरतो सोनेरी
प्रकाश पंख; व्यापितो आकाश;
आणि नाचतात तृप्तीच्या नम्रतेंत
तापलेल्या डोळ्यांतील तरण्या भावल्या.
वाटतें जगावें; वाटतें जगवावें.
विशाल वृक्षांच्या अनादि वडांतून
वाहतात खालीं शांतीच्या धारा
आणि वाहतें तापलेलें रक्त
हिरव्यागार पारंब्यांतून मृण्मय मुक्तीकडे.
वाटतें जगावें; वाटतें जगवावें.
अजूनही इंद्रियें राहतात इमानी
जीवनाच्या प्रेरणेशी; आणि करतात
आजपण समृद्ध...

मला दिसतात
भविष्याकडे कललेल्या स्वीकारशील जीवनाचे
लाल लाल केस क्रांतीच्या वादळानें
पुनः पुनः पिंजारलेले. निरोगी जीवनाचा
विकासशील गर्भ घेतो शोषून
शास्त्राच्या अनुभूति. वाटते धन्यता
पृथ्वीच्या कुशीला; स्वीकारत्ये दुःख
सृजनशील वेणांचे; आणि प्रसवते
मातींतून महापुरुष.

अशा वेळींच,
मला दिसतें विश्वाचें स्वप्न
साकार होतांना माणसाच्या आकारांत.
मातींतील रक्तांतून, मातींतील मांसांतून.
पृथ्वीच्या उबेंतच वाढतें जीवन;
आणि फोडतें प्रकाशचोंचीनें
विश्वाच्या अंड्याचें निळें कवच.

अशा वेळींच,
उधळतात आशा वादळांच्या वारूंवरून;
जातात ओलांडून दिशांचे उंबरठे;
आणि स्फुरवितात, मातीचें महाभारत,
विजेचीं वीरगीतें;
जनतेच्या पोटामध्यें
आग आहे, आग आहे;
जनतेच्या डोळ्यांमध्यें
शंकराचा राग आहे.
जनतेच्या ऐक्यामध्यें
लाव्हाची लाट आहे;
जनतेच्या पायांपुढें
प्रकाशाची वाट आहे.
जनतेच्या हृदयामध्यें
अन्यायाची कळ आहे;
जनतेच्या बाहूंमध्यें
सागराचें बळ आहे.
जनतेच्या इच्छेमध्यें
नियतीचा नेट आहे;
जनतेच्या हातांमध्यें
भविष्याची भेट आहे.
जनतेच्या नसांमध्ये
लाल लाल रक्त आहे
जनतेच्या सत्तेखालीं
पृथ्वीचें तख्त आहे.
जनतेच्या मुक्तीसाठीं
अजून एक समर आहे;
आणि जिचा आत्मा एक
ती जनता अमर आहे!

कागल

$\sqrt{-१}$

विज्ञानब्रह्माच्या हृदयांतील
हे ॐकारा!

विश्वव्याप्त
विश्वकक्ष
ज्ञानाच्या अभिलाषेचा
नजराणा घेऊन
मी तुझ्या दर्शनाला आलों...
प्यालों आकंठ तपाचें तेजप
आणि माझ्या जळत्या डोळ्यांतील
भाबड्या भावल्या
आर्जवून ओरडल्या,
"विज्ञानब्रह्माच्या हृदयांतील
हे ॐकारा!
दार उघड! दार उघड!"

विज्ञानब्रह्माच्या हृदयांतील
हे ॐकारा!
पृथ्वीच्या या खटाऱ्याला
कोणी जुंपला जळता बैल?
कुठें जाई, कुठें जाई,
दर क्षणीं वीस मैल?

आकाशगंगेमध्यें वाहे
सूर्याची ही दीपमाला
दरक्षणीं बारा मैल;
कोणीं सोडली सांग हिला?
चक्री नेब्युलांच्या कांठून
आकाशगंगा वाहत जाय;
अडीचशेंच्या वर वेग;
हिला धबधबा असेल काय?

विज्ञानब्रह्माच्या हृदयांतील
हे ॐकारा!
अणूंमध्ये आहे काय?
बोल तरी, बोल तरी,
परमाणूंची दंगामस्ती
कधींपासून तुझ्या घरीं?
स्थलकालाची खुळी कुस्ती
केव्हां तुटेल? तुलाच थांग!
गति आणि भान यांचें
केव्हां झालें लग्न सांग?
प्रकाशाचा बाप कोण?
विजेला का असेल आई?
शक्तीचीं हीं पोरें सात
कधीं करतील अंगाई?

विज्ञानब्रह्माच्या हृदयांतील
हे ॐकारा!
कार्यकारणाचा । सूक्ष्माला ना जाच;
स्थूलाला हा पेच । कशासाठीं?
सूक्ष्म आणि स्थूल । दोन्ही हीं माझ्यांत;
माझ्यावरी मात । करी कोण?

साऱ्या चेटकांत । चेटुक हें सत्य;
नाटकाला नित्य । नवा रंग.
अगा स्वयंसिद्धा । गणिताचा मंत्र
विज्ञानाचें तंत्र । वृथा काय?
मूळावृत्त-एका। सांग ना नेटकें
काय हें फाटकें । ज्ञान सारें?
विज्ञानब्रह्माच्या हृदयांतील
हे ॐकारा!
दार उघड! दार उघड!
स्थितप्रज्ञाच्या निर्गुण भाषेंत
तूं उद्गारलास :
"मी आहें
रहस्याचा रखवालदार;
विश्वाच्या प्रासादाचा
एकनिष्ठ पहारेकरी;
माझ्या कपाळावरील
अद्‌भुत यक्षप्रश्नाचें
वर्गमूळ जाणणारेच
जातात उघडून माझें महाद्वार!"
विज्ञानब्रह्माच्या हृदयांतील
हे ॐकारा!
मूळाचें कवच पांघरून
नकाराच्या शिखंडीमागें
तूं आपणाला लपवून धरलेंस;
आणि माझ्या
बुद्धीचा भीष्म पडला शरपंजरी
करीत करीत द्वादशाक्षरी जप
उत्तरायणांतील महाप्रयाणापूर्वीचा...

कागल

अजुनी ना जखम बुजे

भावातुर नजर तुझी,
भावोत्कट शब्द तुझे,
आठवती अजुनि मला;
अजुनी ना जखम बुजे.

अजुनी या विजनांतहि
प्रीतीचे स्तूप खडे :
...कललेले उंच माड;
तुटलेले उंच कडे;

संथ निळा खोल डोह;
पंथ तृणांतिल हिरवा;
निजलेल्या पाण्यावर
बगळ्यांचा शुभ्र थवा;

नील नभा लुचणारीं
नील नील गिरिशिखरें;
रात्रीच्या खडकांतिल
सनईचे गार झरे...

अजुनी या विजनांतहि
प्रीतीचे स्तूप खडे,
त्याजवळुन जातांना
नावडतें तेंच घडे!

कागल

१५ मार्च १९५२

तूं नसतिस तर

तूं नसतिस तर;
नसते अंबर;
नसतें कांहीं भिरभिरणारें;
थरथरणारें, गुणगुणणारें,
त्याच्याखालीं.

तूं नसतिस तर
            नसती गेली
धार मधाची सांगाड्यांतुन
कापित जाणिव, घुसळित जीवन,
जरी भयानक!

तूं नसतिस तर,
            नसतों फसलों
अदृष्टाच्या काढून खोड्या
लपंडाव स्वप्नाशीं खेळुन
असा अपेशी.

तूं नसतिस तर,
            नसती झाली
अंधाराला जखम विजेची.
...रात्र मनांतिल दुःखें वेची
स्वप्नकरांनीं...

तूं नसतिस तर,
            नसतों मीही.
आणिक टळतें अटळ कदाचित
असा अकल्पित
नसता आला मातीला ज्वर
            तूं नसतिस तर.

कागल

२ एप्रिल १९५२

मध्यान्हीला

रात्र उघडते तिसरा डोळा
शिवरात्रीच्या मध्यान्हीला.
निवान्ततेच्या सोंगामधुनी
अदृष्टाचें अंग
लुकलुके.

काळोखानें भरुनी घागर
बाभुळ थांबे नदीतिरावर;
वाट कुणाची बघते नकळे,
मध्यान्हीला.

भयानकाचा होउन बंदा
ताड बिचारा करी पहारा
राईपुढती.
खडा पहारा! कुणास ठाउक —
मातीखालीं गुप्त तिजोरी.

माळावरच्या मैदानावर
खुज्या दिलाच्या खवचट खजुरी
बैठक मारुन टिंगल करती
अकल्पिताची!

दूर डोंगरांतिल सडकेनें
वृद्ध वडांचा तांडा जाई
बुद्धगयेला,
पाठीवरती घेउन पडश्या.
शिवरात्रीच्या
मध्यान्हीला
'आहे'च्या मानेवर बसतो
'नाहीं'चा अदृश्य निशाचर!
आणिक क्षणभर
स्थळकाळाची पुडे चुकामुक.

कागल

५ एप्रिल १९५२

मुखांत उरतें कांहीं कडवट

असा जिण्याचा विचार करतां
मला आठवे मूर्ति पुरातन,
भग्न जिच्या उजव्या हाताला
सफेद शिमिटाचीं नव बोटें.

अशा जिण्याचा विचार करतां
मला आठवें असा तराजू—
मुळात साधुन दिडकी दांडी
गिऱ्हाइकाला झुकतें देई.

अशा जिण्याचा विचार करतां
मला न झेपे विचार माझा;
भूत गातसे शोकगीत अन्
भविष्य बसवी नवा तमाशा.

अशा जिण्याचा विचार करतां
वैराला नच उरते किंमत;
मनांत जिरते प्रेमव्यथा अन्
मुखांत उरतें कांहीं कडवट.

कागल
७ एप्रिल १९५२

ध्रुवपद लाभे इथें अकाली

कुठें न कांहीं मिळतें शाश्वत
 —ध्रुवबाळाला
 धरूं लागतां पळतें सारें;
कार्बन होतो कोहिनुराचा;
 मनांत माझ्या असे निखारे!

फुटें न अजुनि निळा बुडबुडा
 —आकाशाचा
 स्थळकाळाचा सुटे न गुंता.
कुठें उभा मी? आणि कशास्तव?
 मुकुट शिरीं : प्रश्नांकित चिंता.

स्वर्गंगेतिल प्रकाशपद्मे
 —युगायुगांचीं
 गंध तयांचा धुंद करी मन!
आकांक्षांना आवरण्यास्तव
 दुबळी ही शरीराची वेसण.

कुठें उभा मी?...उंच कड्यावर
 —अज्ञाताच्या
 नजर फाटते पाहुन खालीं
अंतरांतल्या ध्रुवबाळाला
 ध्रुवपद लाभे इथें अकालीं!

कागल

७ एप्रिल १९५२

प्रेम करावें असें, परंतू...

हिरवे हिरवे माळ मोकळे
ढवळ्या ढवळ्या त्यावर गाई;
प्रेम करावें अशा ठिकाणीं
विसरुनी भीती विसरुनि घाई.

प्रेम करावें. रक्तामधलें;
प्रेम करावें शुद्ध, पशूसम;
शतजन्मांच्या अवसानानें
रक्तामधली गाठावी सम.

प्रेम करावें मुकें अनामिक;
प्रेम करावें होउनियां तृण;
प्रेम करावें असे, परंतु...
प्रेम करावें हें कळल्याविण.

बेळगाव

१९ जुलै १९५२

कुरुक्षेत्रही असेल हसलें

महोब्बताचीं मग्रुर गाणीं
जरा करावीं उलटींसुलटीं;
निवृत्तीची कफनी घालुन
हळूच धरावी पुढें नरोटी;

जरा करावा अनुनय कोठें;
जरा करावी दमदाटी (जर
असेल हिंमत!) अन् उतरावा
आयुष्याचा विमा शुभंकर;

अंधारांतुन फसवित यावें;
फसवित जावें अंधारांतच;
फसवित, फसवित, स्वतः फसावें;
—कर्मयोग तो सगळा यांतच.

ऐट आणुं दे भगवी गीता!
रक्ताचा वर डाग परंतू.
कुरुक्षेत्रही असेल हसलें
पाहुनिया फसलेले हेतू!

बेळगाव
२० ऑगस्ट १९५२

वेदनेला अर्थ दे रे

वेदनेला अर्थ दे रे;
धैर्य दे ताणावयाला
तार; आणि हातिं घे ही
रुद्रवीणा, रौद्र काला!

वेदनेला अर्थ दे रे;
आसवांना दे यशाची
दीप्ति; मासें रक्त लावो
कुंकुमाचे स्थानिं प्राची.

वेदनेला अर्थ दे रे;
व्यर्थ ना जावो कळा या;
वार दुःखाची पडो पण
जन्मुं दे आधींच माया.

बेळगाव
२५ ऑगस्ट १९५२

नव्हतें कांहीं लपवायाला

नव्हत्या रात्री कुजबुजणाऱ्या;
नव्हतें ठाउक पाप उषेला.
नव्हता व्याधाचा शर सुटला;
नव्हती झाली जखम मृगाला.

सुखांत नव्हतें धुकें मिसळलें;
दुःखामध्यें नव्हतें दहिंवर
नव्हतों स्वप्नांना अडखळलों;
नव्हतों आदळलो पृथ्वीवर.

नव्हते कांहीं लपवायाला!
— त्या माझ्याहुन कोण भिकारी;
शाप जगाचे विसर, सखे, बघ,
या पाप्याची आज कुबेरी!

बेळगाव

७ सप्टेंबर १९५२

असेंच होतें म्हणायचें तर

असेंच होतें म्हणायचें तर
अशी अचानक भ्यालिस कां?
अर्ध्या वाटेवरती जाउन
पुन्हा परत तूं आलिस कां?

असेंच होतें म्हणायचें तर
वरवर फसवें हसलिस कां?
स्वप्नाला चुरडून मिठींतच
पुन्हा तयावर रुसलिस कां?

असेंच होतें म्हणायचें तर
उगाच खोटे रडलिस कां?
भरात येउन भलत्यासलत्या
करांत माझ्या शिरलिस कां?

असेंच होतें म्हणायचें तर
अशी जिवाला डसलिस कां?
केस मोकळे, ओले घेउन
वणव्यामध्यें घुसलिस कां?

बेळगाव
१० सप्टेंबर १९५२

फक्त दावितो हा काळा वण

हरड्यावर चढणारे सरडे;
        आषाढांतिल पिवळे बेडुक;
दिनॉसारचा कणा भयंकर;
        मेमॉथाचे अवजड हाडुक;

—या सर्वांनी मज हिणवावें
        अशी गुलामी मज भवतालीं;
होणाऱ्याची दमदाटी नव,
        झालेल्याचा शोक अकालीं.

जनांतला एकान्त बोलका;
        मनांतली अन् मुकीच बडबड;
अगतिकतेचें दुःख अनामिक;
        परदुःखास्तव आत्म्याची रड.

अशी गुलामी घेउन येई
        नवी वेदना; ती न रडे पण;
रक्त वाहुनी गेल्यानंतर
        फक्त दावितो हा काळा वण.

बेळगाव

११ सप्टेंबर १९५२

तसेंच घुमतें शुभ्र कबूतर

मनांत माझ्या उंच मनोरे;
        उंच तयावर कबुतरखाना;
शुभ्र कबूतर घुमतें तेथें
        स्वप्नांचा खाउनियां दाणा.

शुभ्र कबूतर युगायुगांचें —
        कधीं जन्मलें? आणि कशास्तव?
किती दिवस हें घुमावयाचें?
        अर्थावांचुन व्यर्थ न का रव?

प्रश्न विचारी असे कुणी तरि;
        कुणी देतसे अगम्य उत्तर!
गिरकी घेउन अपणाभवतीं
तसेंच घुमतें, शुभ्र कबूतर.

बेळगाव

१३ सप्टेंबर १९५२

उपजत होती तुला कला ती

कसें जिवांना झुलवित जावें.
उपजत होती तुला कला ती;
कसें कुणाला फुलवावें अन्
कशी करावी क्षणांत माती.

कसे वदावे शब्द दुहेरी;
कसें पांघरावें परकेपण;
कसें पहावें—नसतां पाहत
हलक्या हातें घालावे घण.

कशी धरावी मान करारी;
कशी करांनीं दाबावी कळ;
कशी स्निग्धता आणुन नेत्रीं
आशेचें उठवावें मोहळ.

कसें ढगांतुन मुरकत जावें
केसामध्यें गुंफुन तारे!
क्षणांत द्यावें दोन करांनीं,
क्षणांत घ्यावें काढुन सारें.

उपजत होती तुला कला ती
उपजत होतें मला खुळेपण;
तुझ्या कलेंतच तुजला तृप्ती;
फक्त रितें हें माझें जीवन.

बेळगाव

१४ सप्टेंबर १९५२

अनोळखीशी आलिस तेव्हां

अनोळखीशी आलिस तेव्हां
होउन अवघी जळती ज्योत;
मला वाटलें तुझ्या उरावर
विसरुन जावें अपुलें प्रेत.

मला वाटलें पुरुनी घ्यावें
तुझ्यांत; आणिक जखम करावी
तुला तिथें; हो, तिथें; तिथें; अन्
ती न कधींही भरण्या द्यावी.

अनोळखीशी आलिस तेव्हां
ओळखिची अन् केलिस घाई —
...मला वाटलें सरलें सारें,
...तुला वाटलें चुकलें कांहीं.

दूर जाहलों मुकेपणानें
दूर जाहलों, दूर ध्रुवाहुन.
फक्त स्तनांच्या उतरंडीवर
तीळ कुठें तो, आठवतें मन.

बेळगाव
१५ सप्टेंबर १९५२

हवीच असते कृत्रिमशी कळ

जसा उषेच्या वरदानानें
    रुक्ष जगाला रंग चढावा;
आणिक ती विरल्यावर नुसता
    अशा जगाचा भास उरावा —

तसेंच झालें तूं गेल्यावर :
    विश्वास ढळे विश्वावरचा;
असें वाटलें क्षणभर कांही :
    श्वास राहिला वरती वरचा.

—परंतु हाही ठरला भासच;
    पुन्हा जाहलें जीवन जागें;
फिरूं लागलीं फसवीं चक्रें :
    विणूं लागलीं नकली धागे.

नकली धागे — हें कळतें पण —
    हेहि तोडण्या लागतसे बळ;
अशा जिवाला नसतें तेंही;
    हवीच असते कृत्रिमशी कळ.

बेळगाव

१७ सप्टेंबर १९५२

मध्यान्हीच्या मनांत येतें

मध्यान्हीच्या मनांत येतें —
आत्म्याची ऐकावी घरघर;
पाप्याशीं एकान्त करावा
ज्वालांच्या जळत्या शेजेवर.

मध्यान्हीच्या मनांत येतें —
घट्ट धरावें अवघड जागीं;
उभें जिवाला पिंजित न्यावें
नग्न करावे भाव अभागी.

मध्यान्हीच्या मनांत येतें —
सूड असा दिवसाचा आपण
घ्यावा; आणिक जखम करावी
जिथें उमगतिल बुजलेले वण.

मध्यान्हीच्या मनांत येतें —
आणिक होतें तेंच खरोखर!
या पाप्याची रात्र सरेना
दिवस जरी आला डोक्यावर.

बेळगाव
१७ सप्टेंबर १९५२

चिवचिवणारी वाट असावी

चिवचिवणारी वाट असावी
दमछाटीची यावी घाटी;
घाटीनंतर गडग्यापाशीं
पार असावा बसण्यासाठीं;

उठण्याची पण हिरवी शक्ती
अंगिं असावी करीत वळवळ;
मनीं असावें मौन सुगंधित,
उरीं असावी जगण्याची कळ.

लाल असावा पुढचा रस्ता;
मोह असावा तिठ्यातिठ्यावर;
हात नसावा हुकुम कराया!
पाठीवरतीं सर्व हवें घर :

पडशीमध्यें हवेत पोहे;
(आणिक चंची — हवीच ती तर!)
थालिपिठाचे तुकडे कांहीं;
निव्वळ लोणी तयाबरोबर.

हवीच थोडी लोचट थंडी;
ऊन असावें तिरकस पिवळें;
क्षितिजामध्यें ऊब असावी!
गवत असावें भवतीं कवळें.

बैल असावा आंडिल ढुरकत
दूर जुगाईच्या माळावर.
सह्याद्रीचीं निळीं गोपुरें
दूर असावीं, दूर, दूरवर...

पायामध्यें मुठभर जाडे
हवें पायतण करकरणारें;
अन् वाटोळी पृथ्वी याचें
दुःख असावें सूख पिणारें!

बेळगाव
१८ ऑक्टोबर १९५२

या जन्माला फुटे न भाषा

असें तुझ्याशीं बोलावें हें
ठरवुन आलों मनांत कांहीं;
आणिक तुझिया नेत्रीं दिसलें
बोलायाचें तसें तुलाही.

असा कसा मग मुकाच झालों!
चर्चा केली नको नको ती;
हास्याच्या उठल्या लहरी, पण
मनांत लपले मनचे मोती.

एक आवंढा गिळून तूंही
गिळलें जें थरथरलें ओठीं;
ओठ दाबिला उठवित नाजुक
भुवयांवर बारिकशी आठी.

त्या आठीच्या रेघेवर पण
सही ठोकिली मम नशिबानें.
असा कसा मी मुकाच झालों;
मुकी जाहलिस तूंहि कशानें?

या जन्माला फुटे न भाषा;
निदान पुढच्या फुटेल का ती?
ज्योतींत तुझ्या जळल्यावांचुन
मातीला नच मिळेल माती.

बेळगाव

६ नोव्हेंबर १९५२

झपाटलेले पाय वळावे

भूताचें हें बीळ भयानक
त्यांत उमगती दोनच डोळे;
हातावांचुन कण्हती कंकण;
खांद्यावांचुन पदर सळाळे.

...नको हालवूं मशाल जळती
खोल, खोल त्या खोल बिळांतुन...
...नको हालवूं...मला समजली...
...मला समजली, तुझी जुनी खुण...

...नको हालवूं मशाल तेथुन...
...तुझेच जळते केस भयानक...
काय तुलाही हें न उमगतें
मुखांत माझ्या जळतें तेजप?

उथळ बशींतिल सपक सुखाहुन
बरें वाटतें हें तव तेजप;
जखमेवरची खपली काढुन
पुन्हा रडावें-हें चालें तप...

झपाटलेले पाय वळावे
स्मशानाकडे जसे अचानक
तसेंच होतें; आणिक गिळतें
भूताचें हे बीळ भयानक....

बेळगाव
१२ नोव्हेंबर १९५२

स्वप्नामध्यें रचिल्या ओळी

स्वप्नामध्ये रचिल्या ओळी
यमक मला नच सापडलें!
अर्थ चालला अंबारींतुन
शब्द बिचारे धडपडले;

प्रतिमा आल्या उंटावरुनी;
नजर तयांची पण वेडी;
शब्द बिथरले त्यांना; भ्याले
स्वप्नांची चढण्या माडी!

थरथरली भावना मुक्यानें
तिला न त्यांनीं सावरलें;
स्वप्नामध्ये रचिल्या ओळी
यमक मला नच सापडलें!

बेळगाव

१४ नोव्हेंबर १९५२

या शब्दांना

या शब्दांना वास येउं दे
अंबाड्याचा (चाफ्याबदली);
या ओळींतुन आग वाहुं दे
तुझ्याच हळव्या रक्तामधली.

या मदलेल्या छंदामध्यें
तुझा हालुं दे मदाळ अंक;
आसुसलेल्या यमकामध्यें
तुझ्या मिठींतिल उतरो डंख.

या अर्थाला ताण असूं दे.
अडलेल्या उत्तान मनाचा;
या कवितेला घाट असूं दे
कठोर अन् कातीव स्तनांचा.

तुझ्या वासनेचा लचका जणुं
अशी इथें जाणीव असूं दे;
या कवितेच्या मानेवरती
मग आत्म्याचे भूत बसूं दे.

बेळगाव
१७ नोव्हेंबर १९५२

उघडीं पडती भर रस्त्यावर

उघडीं पडती भर रस्त्यावर
अवघडलेलीं मनें विलक्षण;
परस्परांचीं चाटुन अंगें
नेत्र सोडिती इथें उपोषण!

अवघडलेलीं मनें बिचारीं
हुंगत जाती वरवर कांहीं;
पापाच्या कुजक्या पाण्यावर
पुण्याची तकतकते साई.

कडक इस्त्रिच्या कपड्याखालीं
कशी दडावी सगळी झिंग?
डोळ्यांमधली खुळी भावली
भाव बदलतां दिसतें लिंग.

वखवखलेले नेत्र अधाशी
भूक पाजिती एकामेकां;
'तेंच' नव्हे पण 'तसेंच' मिळतें;
(सभ्यपणाचा चुके न ठेका.)

सभ्यपणाची सुकीच धुंदी
चढते अन् ओसरते भरभर,
अवघडलेलीं मनें बिचारीं
उघडीं पडती भर रस्त्यावर

बेळगाव

२६ नोव्हेंबर १९५२

असें कांहीं तुला द्यावें

कधीं वाटतें, वाटतें,
तुला द्यावे असें कांहीं;
ज्यांत लपेल आकाश,
लोपतील दिशा दाही.

असें कांहीं तुला द्यावें :
भाबडें नी साधें-भोळें
राधेचीही पडो दृष्ट,
द्रौपदीचे दिपो डोळे.

माझे नसून मीं द्यावें.
तुझें व्हावें दिल्यावीण.
पुन्हा पुन्हा जन्म घ्यावे
जन्म टाकाया गहाण.

बेळगाव
२८ मे १९५३

नकळे हें होइ कसें

ओढ नवी ओठांतिल
नयनांतिल गूढ निळे
मागुं नको, फक्त अतां
उरले हे भास खुळे.

दिवसाच्या रात्रींतिल
चांदण्यांत अंधुकशा
अपुलें हे भयमीलन,
अपुली ही अर्धनशा.

नकळे हें होई कसें.
...हें मोहक...हें भीषण...
आकाशाविण उडणें,
सूर खोल पाण्याविण!

बेळगाव

२८ मे १९५३

मृगजळांत मीं भरली घागर

मृगजळांत मीं भरली घागर,
तिचें न अजुनी जळ सरलें!
गळ्यांत पडतां हात तुझे पण
घट डुचमळला, जळ गळलें.

उरांतला रेताड उन्हाळा
त्या थेंबांतच विरघळला,
मृगजळांत मी भरली घागर
त्यांत बुडविल्या सर्व कळा.

त्यांत वितळल्या उसन्या आशा,
त्यांत जिरे मतलब मानी,
मृगजळांत मीं भरली घागर
मृगजळ-संगित मम कानीं!

मृगजळांत मी न्हालों, न्हालों,
मृगजळ मी प्यालें, प्यालें,
मृगजळांत मीं भरली घागर
तिचें न अजुनी जळ सरलें.

बेळगाव

३ जून १९५३

तप माझें आज सुरू

तूं अपुल्या हातांनीं
बुडवियलें तप अपुलें

अन् असल्या जखमेवर
ओठांचीं दोन फुलें

ठेवियली; अधिर मनीं
भावगंध दरवळला.

—पाहिलें न काय करीं
द्यावयास परत तुला.

अन् माझे हात रिते
मीं धरले डोळ्यांवर,

त्यांतुनही दिसलें मज
धगधगतें तव अंतर.

तप अपुलें बुडवुनियां
त्यावर तूं उंच उभी;

तप माझें आज सुरू—
हात इथें, पाय नभीं.

बेळगाव

५ जून १९५३

असें कांहीं पाहिलें आहे

असें कांहीं पाहिलें आहे—
ज्यानें दुभंगलों.
आणि उमगलें : मनामनांतुन
शिवशिवणाऱ्या विराट विकलतेला
माझ्याजवळ शब्द नाहीं.
डोळ्याडोळ्यांतून थरथरणाऱ्या
पाऱ्यांतील वेदनेचा वेध घेणारा
माझ्याजवळ नेत्र नाहीं
धुसमुसून धुसमुसून कोपऱ्याशीं स्फुंदणाऱ्या
जन्मण्यापूर्वीच निर्वासित झालेल्या
करपलेल्या, हरपलेल्या,
अनाथ जगन्नाथासाठीं
माझ्याजवळ कूस नाहीं.

कूस नाहीं; माझ्यासाठींही कूस नाहीं.

असें कांहीं पाहिलें आहे —
भर बाजारांतील आंधळ्या गर्दींत
ऐन दुपारीं रात्रींचें दृश्य :

पत्र्यांच्या चाळींतून; अळ्यांच्या आळींतून;
हाडांच्या जाळींतून; डोळ्यांच्या बिळांतून;
माणसें सडणारीं, न मरूं शकणारीं;
माणसें धुमणारीं; न पेटूं शकणारी;
माणसें कुढणारीं, न कडाडणारीं;
असें कांही पाहिलें आहे-
ज्यानें दुभंगलों;
त्यानें आलें अचानक अंधत्व
आणि आंधळ्या ईडिपसप्रमाणें
वाटलें निघावे जारपुत्रांच्या मागोमाग
विजनाच्या वाटेनें.

वाटलें असावी
माझ्याही अंतःकरणांत समाजविषवृक्षाची
प्रदीर्घ छायाच; लांब लांब फांद्यांचा
अवजड विस्तार, कधींही न पिकणारीं
खुरटलेलीं फळें, जळलेला मोहोर.
आणि तळाशीं
थंडावलेले थडगें.

असें कांहीं पाहिलें आहे
ज्यानें दुभंगलों.

मुंबई
१२ जून १९५३

त्रिवेणी

१

...उगवत्या बिभासाच्या तांबड्या पहांटे
पिंगट रंगाचे पोरके केस
तोंडापुढें पिंजारून तूं म्हणालीस :
'आला रे आला बागुलबोवा!'
तुझें इवलेंसें शेंबडें नाक
उमटलें केसांतून
                    लुकलुकले डोळे
(रिंग्यांच्या बिया) मी भ्यालों
पहाटेच्या अंधारांत गडबडलों.
(अजूनही आंथरुणांतच) आणि डोळ्यांवरून
गोधडी पांघरीत भिऊन ओरडलों :
'ए आजी, बघ ग इंदुटली
कसं करते तें, कशी भिववते
केस पिंजारून.'
                    रात्रीच्या चिंध्या
पाठीवर फडकारीत तूं झालीस
क्षणांत अदृश्य आणि धरलास

अल्लड अबोला, नाकउडवीचा,
गालफुगवीचा, बोटांतल्या गट्टीचा,
गट्टीगट्टी फूचा
फुलांफुलांतल्या गट्टीचा
हिरवा हिंवाळा गेला बागडत
पिकलेल्या पानांतून.
हें निळें स्वप्न
तूं कोरलेंस, हे अल्लडिके!

२

...'चखोंट उजाडला' म्हणाली आजी
खारकेसारखी सुरकुतलेली. आणि आपण
एकाच आंथरुणांतून उठून उधळलों
अंगणांतल्या उपेळींत.
सूर्याच्या उन्हाचा
भर्जरी परकर तूं चढविलास
आणि शरिराची पिवळी नग्नता
उन्हात विरघळली.
तेव्हांच आपल्या
नग्न शरीरांत प्रथम प्रवेशली
अशरीरिणी लज्जा. सळसळली.
मला वाटलें तुझ्या शरीराचें
सलज्ज कौतुक! तूं रुमझुमलीस :
'पुन्हा पुन्हा काय रे पहातोस?
सांग आधीं, सांग आधीं, सांग.'
अधीकच शरमलों तुझ्या शब्दांतील
ठसक्याला ठेचाळून. नाहीं बोललों.
फक्त लांबवलें सद्र्याचें टोक.

३

...तुमच्या परसवांतील कलमांच्या आंब्याची
वाळलेली पातेरी आपण पुंजावली

आणि पेटवली फुरफुरणारी शेकोटी.
मीं विचारलें : 'तूं येणार का
मावशीच्याबरोबर?' तूं म्हणालीस,
'कधींसुद्धा नाहीं.' 'कां?'
तूं थांबलीस. आणखी थोडीं
सुकलेलीं पानें शेकोटीवर टाकीत
मीं विचारलें, 'कां? कां नाही?'
'तूं तसा
कशाला वागतोस?' मीं भांबावलों.
मोडलेल्या मनानें घातलीं भराभर
आणखी कांहीं सुकलेलीं पानें
विझणाऱ्या विस्तवावर. चाळवला जाळ,
गुरें हाकवायच्या निगडीच्या काठीनें.

४

...पांढऱ्या पातळाची कळी होऊन
तूं खिदळलीस, देवीच्या वहाळावर,
धुणें घेऊन आलेली.
कोंडींतील भोवऱ्यांच्या
चंचल चक्रव्यूहांत होतीं गुरफटलीं
उंबराची फळें. आणि दरडीवरील
कललेल्या निवडुंगावर होत्या डवरल्या
बुरंबुळ्याच्या शेंगा, हिरव्यागार शिताचौरीचे
सुईदार झुबके.
पाहिली तुला
प्रथमच पालवलेली, पाहिली सळसळणाऱ्या
पिवळ्या, लांबट सर्पटोळीप्रमाणें
पिवळ्या उन्हाचीं वल्कलें नेसलेली
गरम गोऱ्या शरिराची धार...
त्या दिवशीं

तूं परतलीस निराळ्या दिशेनें
नेहमींच्या वाटेला, डाव्या पायाच्या
उर्मट आंगठ्यानें जेव्हां चिरडलास
फुललेला तेरडा.

५

...टाकळ्याच्या पाल्याची ठसठशीत भाजी
आजीच्या आवडीची तूं केलीस
आणि माझ्यासाठी काकडीचें घावन
आणि संध्याकाळीं
केळीच्या खालीं केळफुलाकडे पहात
तूं विचारलेंस...
तें विसरलों!
घसरलों हळूहळू; पसरलों पापांतून
आणि वंचनेचीं डोळस मोरपिसें
मनाला बांधून नाचलों जगापुढें.
तेव्हां म्हणालीस...
तेंही विसरलों!
पाहिजे ठसवलें असेंच कांहीं तरी
न मानणाऱ्या मनावर.

६

...नाकारलेल्या स्वप्नानें सूड घेऊन
तुला निजविलें पुण्याच्या बरोबर.
आणि नवऱ्याशीं
व्यभिचार करतांना तुला पाहिली!
सुप्त समाधान, तुझ्या कण्याचें
भूत झालेले मीं पाहिलें!
पंख तोडल्यावर उरलेल्या पिसांनीं
केलेली धडपड
मीं पाहिली
बुडतांना तहानेलेली; फुटूनही अतृप्त.

एकटी, एकेकटी, एकट्यानें, एकान्तांत
पाहून संतोषलों
तुझ्या कपाळावरील मंडोळ्यांचे वण,
तुला वेडावणारे, प्रीतीच्या सूडांतील
कडवट विषानें चढणारा उन्माद
जाहला धन्य, जेव्हां मिळालें
तुझ्या पापाला पुण्याचें प्रायश्चित्त
आणि नवऱ्याशीं
व्यभिचार करतांना तुला पाहिली.

७

एका क्षणांतील विराट सामर्थ्यानें
पूर्वरचित आयुष्य फुंकरानें उडवीत
एक दिवस
धिमीं धिमीं पावलें टाकीत
उंबरा ओलांडून आंत आलीस
आणि म्हणालीस :
'मी आलें.'
सरळ पाहात डोळ्यांतील डोळ्याकडे
फक्त म्हणालीस, 'मी आलें.'
युगायुगांची वाट पाहणारा
मी दचकलों.
मी दचकलों.
आणि दृष्टी मातीशीं मिळवीत
बोललों कांही तरी : 'खरीच आलीस!'
पण होतों समजलों सारें
खऱ्याचें सामर्थ्य. म्हणूनच भेदरलों
अंतरांतल्या पोकळींत.
आणि तुला
क्षणांत उमगलें गेलेलें श्रेय.
ज्याच्या डोक्यावर उभी राहून

होता मानलास स्वर्गहि ठेंगणा.
भरलेल्या डोळ्यांतील मरणाऱ्या आकांक्षेचीं
मढीं सावरीत तूं म्हणालीस :
'मी जातें.'
आणि नकली 'थांब' म्हणण्यापूर्वीच
गेलीस मावळून दूर दर्यापार
दूर दर्यापार लाटांच्या विस्तारांत
जरी अजुनही पछाडतात शब्द
'मी आलें' रात्रीच्या घोरण्यांत.
आणि उजाडतो दिवसाचा काळोख.

८

फिक्या फिक्या संध्याप्रकाशांत
जेव्हां तडकल्या तटांच्या भिंती
आणि लागलीं इंद्रियांतून निरांजनें
अफाटला आवेग मातलेल्या केसांतून,
ओलावलेल्या.
कॉटवर रेलून
छाती उचलणाऱ्या धुंद मौनानें
तूं पछाडलेंस माझें सर्वांग
विजेच्या झोतांत, म्हणालीस निःशब्दानें,
शब्दांतीत, असह्य. पेटवतांना,
पेटलेली.
विजेच्या झोतांत...
डळमळले प्रासाद डचमळलेल्या सरोवरांत;
झालें कणाशीं क्षणाचें मीलन.
आणि निसटलों क्वांटुमच्या पकडींतून
पलीकडच्या प्रकाशांत, ओथंबलेल्या.
तेव्हां विरघळलों अंतरांतल्या सुगंधांत
आणि वातावरण घट्ट झालें.
तेव्हां उमगलें जागत्या जडाचें

अर्थपूर्ण मुकेपण. मुक्यानेंच बसलों.
मुक्या मुक्या वस्तूजवळ. आणि अनुभवला
शिसव्याचा स्पर्श, कणखर, करडा;
सागवानाचें सीधेपण, समजुतदारपणा.
जगण्यांतील यथार्थता, न जगण्यांतील पुरेपण.
फिक्या फिक्या संध्याप्रकाशांत
मुक्या मनानें आपण मिसळलों
तेव्हां तूं तूं नव्हतीस आणि मी मी नव्हतों
पण होती जाणीव साकारली
वासनेच्या आकारांत, गेलीं झडून
संस्कारांचीं पापें आणि उमटला
अनादि रक्तरंग. अशा वेळीं
तूं तूं नव्हतीस आणि नव्हतों मी मीही.
होतों झपाटलों पंचमहाभूतांनीं
फिक्या फिक्या संध्याप्रकाशांत...
...जेव्हां उठलों
दाट अंधारांतून विझलेल्या शरिरानें
तेव्हां वाटलें, आपण शिजविलें
पाषाणयुगांतील गुहांच्या गाभाऱ्यांत
निष्पाप नरमांस. अपापाचा नैवेद्य.
आणि लावलें सुरेचें निरांजन
शरीराच्या उंबरठ्यावर अनंताच्या आरतीसाठीं
फिक्या फिक्या संध्याप्रकाशांत
चाळला अंधार रंध्रारंध्रांतून;
लावलीस तबकडी प्रत्येक पेशीची,
जिच्या सजीवतेंत होतें कोरलेलें
अनादि रक्तसंगीत...
...बांधलेस नाग
विजेच्या कमरेला...
...आणि शिरशिरली

स्पर्शाची पालवी रक्ताच्या मोहरावर...
आणि शरीरानेंच दिली पटवून
शरीराची अपूर्णता, जेव्हां उडालें
सूर मारणारें निळें पांखरूं
निळ्या आकाशांत अनंताच्या वाटेनें
फिक्या फिक्या संध्याप्रकाशांत.

९

वाहत्या वाळूचीं अचाट मैदानें
लोळणारीं
तीं तुला आठवतात का?
दगडाचें गांभीर्य डोळ्यांच्या ओसाडांत
अवेळीं उगवलेलें. पेटलेला पर्जन्य.
स्मृतींच्या ठिणग्या, ठिसूळ, ठेचलेल्या,
आठवतात का?
उद्ध्वस्त मनांच्या
दुभंगलेल्या दरींतून संथ संथ
पावलें टाकणारा एकलकोंडा समंध...
बुटांचा आवाज...एकटा...एकटा...
रवंथ करणारी आंधळी जिगीषा.
डोळस भविष्याचें मुंडकें नसलेलें
वर्तमानकाळाचें धावणारें कबंध
आठवतें का?
आणि प्रारंभ
उसन्या हातघाईचा. सोन्याच्या उंबरठ्यावरील
चाटलेलें अन्न. दुसऱ्यांनी हुंगलेलें
आपल्याला हवेंहवेंसें. खंगलेले बेत
अवसानघातकी आत्मा वेदीवरून पळालेला.
सुखाला हपापलेला, मींच शापलेला.
हीं सारीं आठवतात का?
खाजणाऱ्या क्षतावरील

मातीचें भस्म; आणि मंत्र
उग्र आततायी.
आठवतात का?
हे प्रबले! या स्मृतींच्या
मंडोळ्या बांधून साणेवर चढतांना
तुझ्या इंद्रियांचा सोनेरी कळप
तुझ्या प्रीतीचें रक्षण करो!

१०

अश्वघोषांच्या कंठाला शोष पाडणारें
अपार आराधन...कशाला?
उरांतली उचकी
जिरते उरांतच. आणि उरतें
हळूहळू पिकणारें स्वयंतुष्ट पीडासुख.
कापराप्रमाणें जातो उडून
प्रसंगातील भावगर्भ आणि राहतो
रचनेचा आलेख स्थलकालाच्या संदर्भात
जेव्हां संपतें अविकलेलें पीडासूखही.
हें आहे
दोघांनाही उमगलेलें, दोघांतलें सत्य.
आठवतें का? किती अचानक
भेटली होतीस, किती वर्षांनी!
विजेच्या आगगाडींत, आणि तरीही
नाहीं जाणवली जुनी अचानकता.
पण पूर्वी अशा अकल्पित
अचानक भेटींत कशी विजेनें
दाटली होतीस. कशीं होतों
स्मृतींना ठेचाळलों. कशी होती
थरारली हवा अंतराच्या वेदनेनें.
हें गेलेलें!
आतां भेटूनही

असतों न भेटलेलीं; दूर जाऊनही
नाहीं उरत दुरावल्याची जाणीव
आता आहे परस्परसंबंधाची
रंगहीन साखळी बुद्धीच्या संदर्भांत,
क्षणांच्या रांगोळींतील घटनांची विचित्रें,
आहे अजूनही कांहींसें प्रामाणिक
विरूप, विपरीत, दुःखातील दुःख
दुःखाच्याच उणिवेचें.
..म्हणाली होतीस
(कांहींसें थट्टेनें) : 'तुझ्या हाडांच्या
पोलादी नळ्यांतून हिमगार मृद्गंध
कशाला फुंकतोस?'

म्हणालों होतों,
'विझविण्यासाठीं'; म्हणाली होतीस,
'फक्त बुझविण्यासाठीं, मला बुझविण्यासाठीं.'
(कोणी म्हणाले ; 'रिझविण्यासाठीं!')
पण आतां चपापली असशील

पाहून दैवाचें

विजेच्या चमचानें काळोख भरविणारें
विराट वात्सल्य...

...निदान असावें

आपणाला स्वातंत्र्य आपण बांधलेलें
नाट्यगृह कोसळण्याचें वाढदिवसानिमित्त...
छातीच्या सापळ्यांतील मुठीएवढ्या उंदरावर
कशाला वटारतेस मांजराचे डोळे,
ज्यांतील संपलें रडण्याचेंही सामर्थ्य?

मुंबई
जुलै १९५३

बाळ होउनी कुशींत यावें

पुन्हा वाटतें तसेंच इवलें
बाळ होउनी कुशींत यावें;
अन् पदराच्या अभयाखालीं
डोळ्यांनी हे पंख मिटावे;

हळुच पहावें पांघरुणांतुन
ओढुनिया अंगावर माया;
...निरखावी मग अंधारावर
जरतारी कशिद्याची किमया!...

अन् तुझिया हृदयाची धडधड
इवल्याशा गालास कळावी.
खोल संथ श्वासाची चवरी
ताळूवरतीं सतत ढळावी.

केसांमधुनी फिरवित बोटें
हात तुझा पाठीवर यावा;
...नकळत माझ्या मुरकुंडीचा
तव ओटींतिल अहेर व्हावा...

आशांच्या नवलाख कळ्यांनीं
स्वप्नवेल तव डवरुन जावी.
...तुझ्याच अंगाचा अवयव मी;
अशीच कांही जाणिव व्हावी.

हव्या हव्याची हाव निवावी
सुकें सुकें गंगेत नहावें;
पुन्हां वाटतें तसेंच इवलें
बाळ होउनी कुशीत यावें.

मुंबई
२ ऑगस्ट १९५३

फितुर जाहलें तुजला अंबर

तुडुंब भरलिस मातृत्वानें;
काजळ वाहवलें गालावर.
मोहर गळला मदिर क्षणांचा
कणी प्रगटली; निवलें अंतर.

त्या उत्कट एका झेपेंतच
पोंचलीस पुढच्या क्षितिजावर;
(मला उमगलें मी अनावश्यक)
फितुर जाहलें तुजला अंबर!

त्या दिवशीं मीं तुला शापिलें —
तुला वाटलें कौतुक तें तव!
तुडुंब भरलिस. ओळखलें मीं
जामिन तुजला कुळी शहाण्णव.

मुंबई
१७ ऑगस्ट १९५३

भल्या पहाटे

भल्या पहांटे, परमेशाच्या
डोळ्यावरची साय दुधाची,
तसें चांदणें आकाशावर
गारगारसें, स्निग्ध, मुलायम.
...तप आचरण्या उग्र भयंकर
पिंपळ घेउन भार शिरावर
उभा राहतो

ए
क
प
दा
व
र
आणि तळाशीं एकच छाया पडते
पाया!
...डोक्यावरती घेउन अमृत
माड चालले विकावयाला
(मथुरेमध्यें), जरा थबकले
पाहुन देउळ!
मागीलदारीं
केळ बिचारी केविलवाणी
स्नान करितसे (कार्तिकांतलें)
डांग धरुनिया अंगापुढती.
भल्या पहांटे शुभ्र मनाचा
टिपकागद हा टिपून घेई
हें सगळें अन्
दुसरें काही!
ओंकाराची हाव अनावर,
चिंब होतसे जीव तयानें
(आणि भयानें)
ज्यानें घडती सुकेपणांतच
कार्तिकस्नानें.
भल्या पहाटें युगायुगांचीं
विस्मरलेलीं सुचती गाणीं
जरी वाहतें पुन्हा तयावर
लाल लाल दिवसांचे पाणी

मुंबई
३० ऑगस्ट १९५३

ऊन हिवाळ्यांतिल शिरशिरतां

ऊन हिवाळ्यांतिल शिरशिरतां
स्थितप्रज्ञ काळ्या दगडावर,
—मला वाटतें क्षणभर फुटतो
दगडाला इच्छेचा अंकुर.

ऊन हिवाळ्यांतिल हळदीचें
किरिट घालतें वृद्ध वडावर!
—मला वाटतें तळ्यांत पाहुन
हात फिरवितो तो दाढीवर!

ऊन हिवाळ्यांतिल कुडकुडतें,
कुशींत शिरतें दिसतां डोंगर;
—मला वाटतें त्यालाही मग
गरम झऱ्याचा फुटतो पाझर.

ऊन हिवाळ्यांतिल भुळभुळतें
आजीच्या उघड्या पाठीवर;
—तिच्या भ्रमाला गमतें आपण
पुन्हा जरीचा ल्यालों परकर।

ऊन हिवाळ्यांतिल हिरमुसतें;
रुसतें, अन् माळावर बसतें;
—मला वाटतें त्यालाही पण
असेंच भलतें वाटत असतें.

मुंबई
ऑगस्ट १९५३

दांतापासून दांताकडे

तुझी-माझी धांव आहे
दांतापासून दांताकडे.

पिरॅमिडच्या दगडाखालीं
माझी छाती पिचली होती;
रंगवलेली फिक्कट 'ममी'
तेव्हांच मला हंसली होती;
तूं म्हणालास :
"फिरोहाचें बहिणीबरोबर
उद्यां लग्न लागेल काय?"
मी म्हणालो :
"पत्रावळींतले उष्टें अन्न
परवांपर्यंत टिकेल काय?"
तो म्हणाला :
"तुझ्या-माझ्या डोक्यावरतीं
स्फिंक्झचाच दगडी पाय."
तुझ्यामागें मुकीं धडें;
माझ्यामागें मुकीं धडें;
तुझी-माझी धांव आहे
दांतापासून दांताकडे.

चीनच्या त्या भिंतीवरतीं
बुरुजागणीक भूत आहे;
दगडाच्याही अंगावरतीं
पिळणुकीची लूत आहे;
तूं म्हणालास :
''क्न्फ्यूशियसच्या झग्यावरील
कशिदा कधीं उसवेल का?''
मी म्हणालों :
''पाठीवरच्या या कुबडाला
बुद्ध तरी फसवील काय?''
तो म्हणाला :
''संस्कृतीच्या ओठावरची
कोणासाठीं असतें साय?''
पूर्वी झालें तेंच घडे;
इतिहासाला गेले तडे;
तुझी-माझी धांव आहे
दांतापासून दांताकडे.

यमुनेच्या काळ्या पाण्यांत
कालियाची फडा आहे;
गोरा-गोरा ताजमहाल
कांठावरती खडा आहे :
तूं म्हणालास :
''प्रीतीच्या या समाधीवर
दगडी गुलाब फुलतो आहे.''
मी म्हणालों :
''यमुनेकडे ताजमहाल
थोडा थोडा कलतो आहे!''
तो म्हणाला :
''अंधाराचा काळा हत्ती
पृथ्वीपुढें झुलतो आहे.''
पायांखाली काय दडे?
नरबलीचें प्रेत सडे;
तुझी-माझी धांव आहे
दातांपासून दातांकडे.

तुझा-माझा प्रवास आहे
दातांपासून दातांकडे.
काळे दांत, गोरे दांत,
किडके दांत, सडके दांत
कांहीं शहाणे, कांहीं खुळे,
कांहीं जून, कांहीं कवळे,
कांहीं दांत पिवळे-पिवळे
कांहीं बोलके, कांहीं मोने,
कांहींमध्ये चांदी-सोनें,
तुझी-माझी झेप पडे
दांतापासून दांताकडे.
पण आतां कोण रडे
मला एक कळलें आहे.
सुवर्णाच्या रथांत बसून
सत्य येथून पळलें आहे.
प्रत्येकाच्या छातीवरतीं
चाकोरीची खूण आहे
जिकडे तिकडे मुकीं धडें;
इतिहासाला गेले तडे;
त्यांत नवीन काय घडे?
तुझी-माझी धांव आहे
दांतापासून दांताकडे

मुंबई
२० ऑगस्ट १९५४

पछाडलेला

मी तर, बाबा, पछाडलेला.
मला न आतां सुचतें नेसण;
मी तर, बाबा, पछाडलेला.
मला न आतां अडवी वेसण;
मी आगांतुक 'येणाऱ्याचा';
मला न नमवी दगडी मंदिर
दुभंगलेले हें माझें घर!
यांत भोगितें ब्रह्म जिवाला;
मी तर, बाबा, पछाडलेला.

इंद्रधनूच्या भुवईखालीं
आकाशाला फुटतो डोळा;

मी नच डरतों त्या नजरेला,
विचारतों पण प्रश्न निराळा,
'बाप कसा तूं असा नपुंसक,
जारपुत्र मी काय जडाचा?'
मनांत उरल्या कांचा कांचा;
त्या कांचांचा भार उशाला;
मी तर, बाबा, पछाडलेला.

अंधाराच्या खड्या कड्यावर
कबंध आहे 'होणाऱ्याचें;'
त्याची छाया पडल्यानंतर
वेड कधीं ना चुकावयाचें.
वस्त्र नेसुनी नग्न असें मी;
अन्न खाउनी भूक न भागे;
झोंप लागतां डोळे जागे;
भयंकराला मी भ्यालेला!
मी तर, बाबा, पछाडलेला.

युगायुगांच्या तिठ्यातिठ्यावर
मला भेटतो नवीन रोगी;
जीभ असे ही माझी सडली
त्याची चाटुन जखम अभागी;
मीं रोग्याशीं केला सौदा;
आत्मा विकला मी त्याच्यास्तव;
पोटामधली जखम चिरंजिव.
त्या जखमेनें पिसाळलेला,
मी तर, बाबा, पछाडलेला.
मी तर, बाबा, पछाडलेला.

मुंबई
जुलै १९५४

* 9 7 8 8 1 7 9 9 1 8 9 0 6 *
FCW - #0167 - 061026 - C0 - 216/140/8 - PB - 9788179918906 - Matt Lamination